THE GREAT WAY FOR THE THIRD
UNIVERSAL SALVATION

CAODAISM:
FREQUENTLY ASKED
QUESTIONS

THE ORGANIZATION FOR PREACHING
THE DOCTRINE OF THE GREAT WAY

Translated by:

Diệu Đức (Trần Ánh-Tuyết)

CAO DAI TEMPLE OVERSEAS
2018

Cover Design by:
Bri Bruce Productions

ISBN-13: 978-0-9971367-4-6

Foreword from the Translator

Caodaism was founded in Vietnam in 1925. Fifty years after its inception, this young religion has been brought overseas by the Vietnamese diaspora since 1975. Though not being fully developed at the time, the religion starts gaining attention from scholars and researchers. As evidence, the New World Encyclopedia has an entry for Cao Dai religion, and some universities in the United States of America, in the European Union, as well as in Australia incorporate Caodaism in their curricula.

This book provides insight of Caodaism in various aspects such as religious organization, constitution, rites, prayers, and practice. Especially, it deciphers the intricate terminologies frequently used in Cao Dai teaching to help readers, researchers, followers, and/or believers in their quest for knowledge of this religion.

In addition, to facilitate the language transition of the Vietnamese diaspora, the Vietnamese original text is appended at the end of this English-translated book for convenience. The translator would like to thank the Organization for Preaching the Doctrine of the Great Way (the OPD) for granting her permission to translate and incorporate *Cao Đài Vấn Đá*p (1st Edition, 2010) into this book.

We hope the readers find some useful points in this book to apply in their daily activities and transform the world into a peaceful and caring home for mankind.

Diệu Đức (Trần Ánh-Tuyết)

On the Anniversary of

The Inauguration of the Great Way

Mậu Tuất year (2018)

CONTENTS

CAODAISM
FREQUENTLY ASKED QUESTIONS

INTRODUCTION

Caodaism is a new religion, founded by God at the beginning of the twentieth century in Vietnam. Compared to other orthodox religions such as Buddhism or Catholicism, Caodaism is still in its infancy. Nevertheless, Cao Dai scriptures and holy teachings have been widespread over the decades since the commencement of this religion.

In Ất Tỵ year (1965), God assigned Cơ Quan Phổ Thông Giáo Lý Đại Đạo (the Organization for Preaching the Doctrine of the Great Way, OPD) to elucidate the doctrine of the Great Way based on the teaching in Cao Dai scriptures.

One of the OPD publications is the booklet *Cao Đài Vấn Đáp* (*Caodaism: Frequently Asked Questions*) that briefly introduces this religion by providing fundamental information on the religious constitution.

The book was approved for publication by Hội Đồng Nghiên Cứu Giáo Lý (the Council for Doctrinal Studies) at the OPD after being carefully revised. Yet it may be further improved by the reader's constructive comments and assessments.

We hope the readers find this booklet useful for their research and/or exploration of Caodaism.

Winter Solstice of Kỷ Mảo year (1999)

On behalf of the OPD Standing Committee

Hiệp Lý Minh Đạo

Chí Hùng

PREFACE

The booklet *Caodaism: Frequently Asked Questions* is a collective work of Văn Hóa Vụ (Department of Cultural Affairs) at Cơ Quan Phổ Thông Giáo Lý Đại Đạo (the Organization for Preaching the Doctrine of the Great Way, OPD) to introduce Caodaism in a simple but concise fashion.

The question-and-answer format would facilitate the readers' understanding of the essential constituents of Caodaism through the following sections:

    I.   A Brief History

    II. The Constitutional Organization

    III. Goals and Credo

    IV. Rituals and Worship Methods

    V. The Basic Teaching

    VI. The Practice

With its seventy-two questions and answers, the book cannot introduce all the details, contents and forms, of Caodaism. But it will at least provide some solid background for the frequently asked questions of Caodaism.

We appreciate all the comments and/or suggestions to improve this book for its next edition.

The Editorial Board

I. A BRIEF HISTORY OF CAODAISM

1. Who founded Caodaism?

CaoDaism was founded in Vietnam at the beginning of the twentieth century by Cao Dai God, i.e., Jade Emperor Supreme God,[1] and its initiation took place essentially through the following events:

   – At the beginning of the year 1921, God manifested in spiritual invocation to name Himself for the first time as "Cao Đài Tiên Ông Đại Bồ Tát Ma Ha Tát" ("Cao Đài Immortal Great Bodhisattva Mahasattva") and officially accepted Ngô Văn Chiêu as his first disciple.

   – On December 16, 1925 (i.e., the first day of the eleventh month of Ất Sửu year), the three gentlemen Cao Quỳnh Cư, Phạm Công Tắc, and Cao Hoài Sang set up the altar for Lễ Vọng Thiên Cầu Đạo (the Outdoor Ceremony to Implore for the Way). Then, on December 19, 1925, God descended in the invocation séance to congratulate them as follows:

What a joy in getting into the Way of Cao Dai!

At night of Christmas Eve of the year 1925, God descended in the séance and taught:

> ***Jade Emperor Supreme God Cao Dai Immortal Great Bodhisattva Mahasattva, teaching the Way to the South.***
>
> ***I am the eternal authority.***
>
> ***Self-cultivate willfully to enjoy My favor,***

---

[1] He is also the Lord of Christianity, Jehovah of Judaism, or Allah of Islam.

Spread the miraculous Way globally,

For your legacy to last eternally.[2]

Therefore, Caodaism was founded by Jade Emperor Supreme God, i.e., Cao Dai Immortal Great Bodhisattva Mahasattva.

2. Who is the first disciple of Cao Dai God?

As stated above (refer to question one), the first disciple of Cao Dai God is Mr. Ngô Văn Chiêu (honored as Ngô Minh Chiêu by Chiếu Minh disciples), based on the following historical facts:

– At the beginning of the year 1920, in an invocation séance held at Mr. Ngô's residence in Tân An (currently, Long An province), a Divine Being descended and identified himself as *Cao Đài Tiên Ông* (*Cao Dai Immortal*). The name had never been heard before.

– In the Mid-Autumn Festival of Canh Thân year, (September 16, 1920), this name was revealed again to Mr. Ngô through to the following holy verse:

Cao Đài minh nguyệt Ngô Văn Chiêu,

Linh lung vạn hộc thể quang diêu.[3]

---

[2]Toà Thánh Tây Ninh (1973). Thánh Ngôn Hiệp Tuyển, q.1, tr. 5. In H. B. and H. B. (Trans.) *Collection of Selected CaoDai Holy Messages* (p. 24, Séance on Christmas 1925). Norfolk, Virginia: CreateSpace, 2015.

[3] Excerpt from *Lịch Sử Quan Phủ Ngô Văn Chiêu*, Cao Đài Chiếu Minh Vô Vi Tam Thanh, Sài Gòn 1962.

Translator's note: The two verses are the first lines of a stanza that combines the names of Mr. Ngô and all other séance participants. They can be translated as:

Cao Đài radiates on Ngô Văn Chiêu

– Then on Phú Quốc island in early 1921, Cao Dai God officially admitted Mr. Ngô Văn Chiêu as his first disciple.

3. Where and when was Caodaism officially inaugurated?

Caodaism was proclaimed to the government[4] on the first day of the ninth month of Bính Dần year (October 7, 1926), after the first disciples of God met and prepared the Declaration of the Way on the twenty-third day of the eighth month of Bính Dần year (September 29, 1926). Then less than two months later, the Inauguration of the Great Way took place and was witnessed by government officials and the mass public on the fifteenth day of the tenth month of Bính Dần year (November 19, 1926). In the Inauguration Ceremony, God appointed dignitaries and bestowed the Constitution of the Great Way for the Third Universal Salvation.

Since then, Caodaism has been an authentic religion, namely **The Great Way for the Third Universal Salvation**, worshipping God and Divine Beings.[5] It consists of a well-established sacerdotal organization at the Holy See to administer the entire religious system. It also has canonical codes and scriptures to preach the credo, goals, and Cao Dai doctrine. In addition, it encompasses both the exotericism and esotericism, comprising a multitude of churches with the network of holy houses and domestic as well as overseas disciples.

To make his spirit shimmer and shine.

[4] Mr. Le Fol, Governor of Cochinchina.

[5] Translator's note: "Divine Beings" is a general term to indicate all buddhas, immortals, saints, and deities.

4. What are some important historical sites and events at the embryonic stage of Caodaism?

4.1) *Dương Đông in Phú Quốc Province*: It was the site where Mr. Ngô Minh Chiêu became the first disciple of Cao Dai God at Quan Âm Pagoda on the New Year's Day of Tân Dậu year (February 8, 1921). It was also there that Mr. Ngô Minh Chiêu first saw the spectacle of the Divine Eye on the thirteenth day of the third month of Tân Dậu year (April 20, 1921) that has been used as the worship symbol in Caodaism.

(Translator's note: Please refer to answer 2 and 8.9 for related information.)

4.2) *Vĩnh Nguyên Tự*: Located in Cần Giuộc district, in Long An Province, this pagoda originally belonged to Minh Đường Branch and was established by Thái Lão Sư Lê Đạo Long. On March 4, 1926, Caodaist Pioneers, upon the divine order, came to organize an invocation séance for Mr. Lê Đạo Long (attaining the divine nomination as Như Ý Đạo Thoàn Chơn Nhơn), to manifest and advise his disciples to convert to Caodaism. God chose this pagoda as the site to receive his first devoted disciples and entrust them with the mission of preaching Caodaism.

This site is also where God bestowed scriptures and canonical codes in the embryonic stage of Caodaism.

(Translator's note: Please refer to answer 11.8 for related information.)

4.3) *The event of drafting Tờ Khai Đạo (the Declaration of the Way)*: On the twenty-third day of the eighth month of Bính Dần year (September 29, 1926), upon the divine order, Caodaist Pioneers and over 200 disciples gathered in Mr. Nguyễn Văn Tường's residence at 237 bis Galliéni Street, Saigon (currently, Trần Hưng Đạo Street, District 1) to prepare the Declaration of the Way that was then presented to the French authorities.

Since 1938, the anniversary of this declaration had been held at Cầu Kho Holy House. But recently, Nam Thành Holy House, at 124-126 Nguyễn Cư Trinh Street, District 1, Hồ Chí Minh City, has continued this tradition by organizing the commemoration on the twenty-third day of the eighth month every lunar year.

4.4) *Thiền Lâm Tự pagoda (i.e., Từ Lâm Tự pagoda)*: The pagoda was in Gò Kén (currently, Long Thành Trung Village, Hoà Thành District, Tây Ninh Province). God chose this site for the Inauguration of the Great Way on the fifteenth day of the tenth month of Bính Dần year (November 19, 1926) in the witness of the mass public. In 1927 Cao Dai Church built a holy house also in Long Thành Village, which is the current Tây Ninh Holy See. In July 1926, Cao Dai God taught:

> *Jade Emperor Supreme God Cao Dai Immortal Great Bodhisattva Mahasattva, preaching the Way in the South.*
>
> *Children! Listen to your Master.*
>
> *Wherever I reside should be the holy land... Thus, it is Long Thành village. You should not worry...*
>
> *You should unite with each other to make the Holy See perfect. Everything should be focused on and for this Tây Ninh Holy See only.*[6]

---

[6] Toà Thánh Tây Ninh (1973). Thánh Ngôn Hiệp Tuyển, q.1, tr. 98. In H. B. and H. B. (Trans.) *Collection of Selected CaoDai Holy Messages* (p. 143, Séance in February 1927). Norfolk, Virginia: CreateSpace, 2015.

5. When was the Tây Ninh Holy See built and who initiated it?

Originally, the main temple was simply built as a thatched cottage in 1927. Then in 1932 it was rebuilt with a concrete foundation and passed through many construction phases before being completed in 1953.

The first dignitaries of the Cao Dai Church, such as Phạm Công Tắc, Cao Quỳnh Cư, Nguyễn Ngọc Thơ, Nguyễn Ngọc Tương, and Lâm Hương Thanh, all took directives in the reclamation of wild land and forest as well as the construction plans of the Holy See.

In addition, according to the principle of *God-Man Union* in Cao Dai teaching, the construction of the Holy See was obviously result of the cooperation between human effort and God's will.

6. What is the meaning of the name *Đại Đạo Tam Kỳ Phổ Độ* (*The Great Way for the Third Universal Salvation*)?

Đại Đạo (*the Great Way*) is the universal principle for all religions, the common path that every religion should follow to renovate society and liberate human spirit.

Tam Kỳ Phổ Độ (*the Third Universal Salvation*) is the salvation of the entire mankind for the third time, corresponding to the present time. (In the first salvation, which is in the Ancient Age, the Messiahs such as Fuxi, and Moses came to the world. In the second salvation, Shakyamuni Buddha, Laozi, Confucius, Jesus Christ, and Mohammed came to the world to save mankind).

Đại Đạo Tam Kỳ Phổ Độ (The Great Way for the Third Universal Salvation) is the Way founded by God in the third salvation – based on the prinicples *Return the Three Religions to the origin* and *All religions are of the same truth* – to lead mankind through the evolution in temporal aspect (building a humane, peaceful, and progressive life) as well as in spiritual aspect (aspiring toward the goodness and having faith in God). The Way opened in this third era is the final salvation, concluding a grand cycle of the universe. Hence, its goal is *Harmony in the Temporal Way, Deliverance in the Spiritual Way* to save all human beings and forgive awakened people.

Đại Đạo Tam Kỳ Phổ Độ (The Great Way for The Third Universal Salvation) has its short name *Đạo Cao Đài (Caodaism)*.

7. What does Cao Đài mean?

– *Cao Đài* literally means a tall tower or high palace, alluding to the apex of the universe, the ultimate point of evolution for all beings.

– *Cao Đài* is God's assumed name when He initiates the Way for this Third Universal Salvation to emphasize that He Himself has come to lead mankind back to their highest origin. That is back to God.

– *Cao Đài* is also the spiritual culmination in human body. In esoteric teaching it is called Nê Huờn Cung (the Nirvana Chamber)[7], situated in the brain. Through it, one can communicate and unite with God, i.e., the Cao Dai of the universe.

This great name can be found right at the first page of *Thánh Ngôn Hiệp Tuyển* in the early days of Caodaism as follows:

---

[7] Translator's note: The Nirvana Chamber is the ni-wan or mud-pill, the human head crown. In the symbolic language of Taoist Inner Alchemy, mud-pill refers to the acupuncture point Bai Hui (GV20), located at the top of the head. Ni wan is the mystic energy point situated in the center of the brain, at the intercept between the line connecting two ears and the one connecting the nape to the midpoint of the two eyebrows.

Jade Emperor Supreme God, namely, Cao Dai Immortal Great Bodhisattva Mahasattva, teaching the Way in the South.[8]

Besides, in *Thánh Ngôn Hiệp Tuyển,* a holy teaching in French language on the twenty-sixth day of the fourth month of Bính Dần year (June 8, 1926) reveals the sacred name as follows: **Cao Đài, Le Très Haut** (*Cao Đài, the Highest*)[9]

The Holy Message in French language on October 28th, 1926 also stated: **Dieu Tout Puissant qui vient sous le nom de Cao Đài** (*the Omnipotent God who comes under the name of Cao Đài*).[10]

Through such naming, Cao Dai God revealed He Himself is Jade Emperor Supreme God.

Cao Đài teaching also explains that the name "Cao Đài Tiên Ông Đại Bồ Tát Ma Ha Tát" ("Cao Đài Immortal Great Bodhisattva Mahasattva") is to emphazize the credo of the Third Universal Salvation: *Return the Three Religions to the origin* as follows:

Cao Đài signifies Confucianism

---

[8] Toà Thánh Tây Ninh (1973). Thánh Ngôn Hiệp Tuyển, q.1, tr. 98. In H. B. and H. B. (Trans.) *Collection of Selected CaoDai Holy Messages* (p. 24, Séance on Christmas 1925). Norfolk, Virginia: CreateSpace, 2015.

[9] Toà Thánh Tây Ninh (1973). Thánh Ngôn Hiệp Tuyển, q.1, tr. 23. In H. B. and H. B. (Trans.) *Collection of Selected CaoDai Holy Messages* (p. 143, Séance on the twenty-sixth day of the fourth month of Bính Dần year, i.e., Tuesday, June 8, 1926). Norfolk, Virginia: CreateSpace, 2015.

[10] Toà Thánh Tây Ninh (1973). Thánh Ngôn Hiệp Tuyển, q.1, tr. 55. In H. B. and H. B. (Trans.) *Collection of Selected CaoDai Holy Messages* (p. 87, Séance on the eighteenth day of the ninth month of Bính Dần year, i.e., Otc. 26, 1926). Norfolk, Virginia: CreateSpace, 2015.

Tiên Ông signifies Taoism

Đại Bồ Tát Ma Ha Tát signifies Buddhism.

8. How many Hội Thánh (Churches) are there in Caodaism?

The following Hội Thánh (Churches) are evolved through the historical mainstream of Caodaism:

8.1) *The Tây Ninh Church*: This is the first Caodaist Church, officially established by Cao Dai God right in the Inauguration Ceremony of the Great Way on the fifteenth day of the tenth month of Bính Dần year (November 19, 1926), and at the same time as the promulgation of the religious Constitution.

Tây Ninh Church is headquartered at the Holy See in Long Thành village, Phú Khương district, Tây Ninh province. Mr. Đầu Sư Thượng Trung Nhựt (born Lê Văn Trung) was appointed to preside the Tây Ninh Holy See on April 15, 1928 and was entitled *Interim Giáo Tông of the Temporal Matters* by Decree numbered Two dated on the third day of the tenth month of Canh Ngo year (1930). Mr. Hộ Pháp Phạm Công Tắc presided Hiệp Thiên Đài since the Inauguration of the Way. Cao Đài Tây Ninh Church comprises 333 holy houses and 110 shrines of Divine Mother, scattered in thirty-two provinces and towns.

The current address of the Holy See is in Hòa Thành town, Hòa Thành district, Tây Ninh province.

(Translator's note: Please refer to answer 11.2 for related information.)

8.2) *Minh Chơn Lý Church*: Presided by Mr. Phối Sư Thái Ca Thanh. He established Định Tường Church at Cầu Vỹ, Mỹ Tho (Tiền Giang) in 1930. They modified the worship practice as well as prayers. Presently, this church is named Hội Thánh Cao Đài Chơn Lý, located in Mỹ An Hamlet, Mỹ Phong Village, Mỹ Tho (Tiền Giang) Province.

8.3) *Tiên Thiên Church*: Cao Đài Tiên Thiên Church is presided by *Thất Thánh* (*the Seven Saints*) and *Thất Hiền* (*the Seven Sages*). In a séance at Thiên Thai House of Meditation,[11] Đồng Tháp province, on the thirteenth day of the eighth month of Đinh Mão year (1927), God ordained the following dignitaries, whose ranks were Chưởng Pháp and Đầu Sư, as *Thất Thánh* (*the Seven Saints*):

- Phan Văn Tòng

- Lê Kim Ty

- Nguyễn Hữu Chính

- Nguyễn Thế Hiển

- Trần Lợi

- Nguyễn Bửu Tài

- Nguyễn Tấn Hoài

and *Thất hiền* (*the Seven Sages*), i.e., the seven dignitaries whose ranks were Phối sư. They formed Hội Thánh Tiên Thiên Đại Đạo Tam Kỳ Phổ Độ (the Tiên Thiên Church of the Great Way for the Third Universal Salvation) or briefly, Hội Thánh Tiên Thiên (Tiên Thiên Church).

Its Châu Minh Headquarter Temple is currently in Tiên Thủy Village, Châu Thành District, Bến Tre Province. Tiên Thiên Church consists of 127 houses of meditation scattered in fifteen provinces and towns.

8.4) *Minh Chơn Đạo Church*: Founded in 1932 by Mr. Ngọc Chưởng Pháp Trần Đạo Quang in coordination with gentlemen Cao Triều Phát and Phan Văn Thiệu at Giồng Bốm, Bạc Liêu province. The headquarter temple Ngọc Sắc, previously established at Ngọc Sắc Holy House,

---

[11] According to *Lược Sử Đạo Cao Đài Tiên Thiên Đại Đạo Tam Kỳ Phổ Độ* - Ban Tín Sử.

is currently located in Xóm Sở Hamlet, Hồ Thị Kỷ Village, Thới Bình District, Cà Mau Province. The church consists of forty-seven holy houses distributed in four provinces, but the majority is in Cà Mau province (twenty-three houses).

8.5) *Ban Chỉnh Đạo Church*: Founded in 1934 at An Hội Holy House, Trương Định Street, Ward 6 of Bến Tre Town by Mr. Interim Thượng Đầu Sư Nguyễn Ngọc Tương in coordination with Mr. Interim Ngọc Đầu Sư Lê Bá Trang. Currently, Ban Chỉnh Đạo Church consists of 251 holy houses scattered in twenty-five provinces and towns, the majority of which is in Bến Tre province (sixty-one holy houses).

8.6) *Bạch Y Liên Đoàn Chơn Lý Church*: Its headquarter temple Ngọc Kinh was established in 1936 at Mông Thọ Holy House, Kiên Giang Province by gentlemen Trương Minh Tòng and Tô Bửu Tài. Mr. Tô Bửu Tài was divinely ordained as Ngọc Đầu Sư to manage Bạch Y Church. Its current address is in Hoà An Hamlet, Mông Thọ B Village, Châu Thành District, Kiên Giang Province.

8.7) *Truyền Giáo Cao Đài Church*: It was established by Caodaist leaders in Central Vietnam on the first day of the sixth month of Bính Thân year (July 8, 1956), and headquartered at Trung Hưng Bửu Tòa, 63 Hải Phòng Street, Đà Nẵng Town. Mr. Phối Sư Huệ Lương (born Trần Văn Quế, 1902 - 1980) was Chief Officer of this church.

8.8) *Cao Đài Cầu Kho Tam Quan Church*: Around 1927, the two gentlemen Nguyễn Hữu Phương and Nguyễn Hữu Hào from Bình Định province came to Sài Gòn to be initiated at Cầu Kho Holy House. Then they returned to their hometown to build Cao Đài Holy House at the place which originally was Mr. Phan Bồi's residence in Hoài Nhơn District, Bình Định Province. On the fifteenth day of the second month of Mậu Dần year (1938), the inauguration ceremony for Thánh Thất Trung Ương (the Headquarter

Holy House) was held in Tam Quan Village, Hoài Nhơn District, Bình Định Province.

In 1959, Hội Thánh Trung Ương Trung Việt Tam Quan (Tam Quan Headquarter Church of Central Vietnam) was formed in Bình Định. Its current name is Hội Thánh Cao Đài Cầu Kho Tam Quan (The Cao Đài Church at Cầu Kho-Tam Quan).

8.9) *Cao Đài Chiếu Minh Vô Vi Tam Thanh*: Disciples of Mr. Ngô Minh Chiêu, following his teaching, do not establish any holy house or church. They quietly practice the esoteric method that Mr. Ngô Minh Chiêu passed on (after he had practiced it under the direct guidance of Cao Đài God in Phú Quốc since 1921).

After Mr. Ngô Minh Chiêu's passing on the thirteenth day of the third month of Nhâm Thân year (April 18, 1932), his disciples established Tổ Đình Chiếu Minh (Chiếu Minh Patriach Hall), i.e., Thánh Đức Tổ Đình Chiếu Minh Vô Vi Tam Thanh at 264 on the 30th-of-April Street, Cần Thơ Town, to commemorate the anniversaries of Mr. Ngô's passing.

Cao Đài Chiếu Minh disciples establish local invocation houses where they gather to teach each other the esoteric method and practice self-cultivation together.

8.10) *Cao Đài Chiếu Minh Long Châu Church*: Founded in 1956, the Church was presided by Mr. Nguyễn Văn Tự, holy name Thiên Huyền Tâm, entitled as Head of Cửu Trùng Đài (House of Nine Spheres); Mr. Lê Hữu Lộc, holy name Ngọc Minh Khai, as Chơn sư Hiệp Thiên Đài (Master of House of Communion with God); and Mrs. Từ Lý, as Head of the Female Order. Long Châu Church is in Tân Phú Thạnh Village, Châu Thành A District, Cần Thơ Province, and consists of over twenty houses of meditation. Cao Đài Chiếu Minh Long Châu Church advocates the concurrent practice of exoteric propagation and esoteric self-cultivation. The church comprises sixteen houses of meditation and a hall of meditation, the majority of which is grouped in Cần Thơ province (twelve houses).

9. Is Cơ Quan Phổ Thông Giáo Lý Đại Đạo (the Organization for Preaching the Doctrine of the Great Way) a Cao Đài Church?

Cơ Quan Phổ Thông Giáo Lý Đại Đạo (the Organization for Preaching the Doctrine of the Great Way, acronym the OPD) was officially opened on the New Year's Day of Ất Tỵ year (February 15, 1965). It is currently located at 171B Cống Quỳnh Street, District I, Hồ Chí Minh City. Entrusted by God, its mission is to contribute to the spiritual unity of the Way based on the one pure and unique doctrine of the Great Way.

In constitutional terms, the OPD does not establish any church or holy houses, and neither does it receive disciples. It consists of a Standing Committee and a few disciples working in subordinate departments and/or offices.

The OPD credo and goals are fully expressed by God in His coaching statement as follows:

> *Cơ Quan Phổ Thông Giáo Lý Đại Đạo is not a Church. Neither does it belong to any individual or any collective. It should belong to the Way, as a bridge to foster fraternity, a transceiver of dynamic energy to promote the doctrinal unity, i.e., the spiritual unity, so that all of you, children, will meet each other, come into the one point, understand and practice the true method of the Great Way.*[12]

---

[12] Séance at Thiên Lý Đàn on the fourteenth day of the first month of Ất Tỵ year (February 15,1965).

10. What are the similarities and differences among the Cao Dai Churches?

* *Similarities*:

– They all believe that God Himself has come to this world to found Caodaism to save mankind the third time in the era of decadence.

– They all recite God's name as *Nam Mô Cao Đài Tiên Ông Đại Bồ Tát Ma Ha Tát*.

– They all worship the Divine Eye, the Founders of the Three Religions, the Three Divine Governors, and Representatives of the Five Religious Branches.

– They all observe *Pháp Chánh Truyền* (Cao Dai Constitution) and *Tân Luật* (the New Codes of Cao Dai).

– They all submit to the title of the Great Way for the Third Universal Salvation, sharing the credo and goals of the Great Way.

– They all receive the guidance and teaching from Divine Beings via spiritual invocation.

– They all use the same tricolored flag (red, blue, yellow).

– Disciples wear the same religious costumes: the white áo dài (Vietnamese robes) with black headdress for male disciples (Vietnamese traditional costumes).

– They all comprise both esoteric and exoteric practice.

* *Several differences in forms or formats* such as:

– Ceremonial costumes.

– Some ritual changes regarding the daily prayers (the Three Offering Prayers), and funeral prayers.

– Chiếu Minh has no exoteric church. It specializes in esoteric meditation method passed on and guided by Mr. Ngô Minh Chiêu.

(Translator's note: Please refer to answer 8.9 for related information.)

11. Who are the first disciples of Cao Dai God?

They are as follows:

11.1) *Mr. Ngô Văn Chiêu* was accepted as the first disciple of Cao Dai God on the New Year's Day of Tân Dậu year (February 8, 1921) on Phú Quốc Island.

He was also the first esoteric disciple, blessed by receiving the teaching directly from God through invocation séances.

He passed on the esoteric method to his disciples, who also persistantly practice it and are collectively called Chiếu Minh Vô Vi Tam Thanh "Church".

He passed away on the thirteenth day of the third month of Nhâm Thân year (April 19, 1932).

(Translator's note: Please refer to answers 2, 4.1, 8.9, and 10 for related information.)

11.2) *Mr. Lê Văn Trung* (1875-1934) was accepted to be a disciple of Cao Dai God on the fifth day of the twelfth month of Ất Sửu year (January 18, 1926) and was ordained as Đầu Sư Thượng Trung Nhựt on the fifteenth day of the third month of Bính Dần year (April 26, 1926). Then he was promoted Interim Giáo Tông at Tây Ninh Holy See on the thirtieth day of the tenth month of Canh Ngọ year (1930) to serve as Head of Cửu Trùng Đài (House of Nine Spheres) of Tây Ninh Church.

He passed away on the thirteenth day of the tenth month of Giáp Tuất year (November 19,1934).

(Translator's note: Please refer to answer 8.1 for related information.)

11.3) *Mr. Phạm Công Tắc* (1890 -1959) was accepted

to be disciple of Cao Dai God on the ninth day of the eleventh month of Ất Sửu year (December 24, 1926), and was divinely appointed Hộ Pháp on the fifteenth day of the third month of Bính Dần year (April 26, 1926) to serve as Head of Hiệp Thiên Đài (House of Communion with God) at Tây Ninh Holy See.

He passed away on the tenth day of the fourth month of Kỷ Hợi year (May 17, 1959) in Phnom-Penh (Cambodia).

11.4) *Mr. Cao Quỳnh Cư* (1888 -1929) was accepted to be disciple of Cao Dai God on the ninth day of the eleventh month of Ất Sửu year (December 24, 1925), and was divinely appointed Thượng Phẩm in Hiệp Thiên Đài (House of Communion with God) at Tây Ninh Holy See on the fifteenth day of the third month of Bính Dần year (April 26, 1926).

He passed away on the first day of the third month of Kỷ Tỵ year (April 10, 1929).

11.5) *Mr. Cao Hoài Sang* (1901-1971) was admitted a disciple of Cao Dai God on the ninth day of the eleventh month of Ất Sửu year (December 24, 1925),[13] and was divinely appointed Thượng Sanh in Hiệp Thiên Đài (House of Communion with God) at Tây Ninh Holy See on the fifteenth day of the third month of Bính Dần year (April 26,

---

[13] In an invocation séance the gentlemen Phạm Công Tắc, Cao Quỳnh Cư, and Cao Hoài Sang received an order from an Immortal named AĂÂ to organize "the Outdoor Ceremony to Implore for the Way" in the first night of the eleventh month of Ất Sửu year (December 16, 1925). Then in the séance at night of Christmas Eve, 1925 (the ninth day of the eleventh month of Ất Sửu year) it was the first time Cao Đài God revealed his full and assumed name: *Ngọc Hoàng Thượng Đế viết Cao Đài Tiên Ông Đại Bồ Tát Ma Ha Tát Giáo Đạo Nam Phương (Jade Emperor, namely, Cao Dai Immortal Great Bodhisattva Mahasattva)* and called the gentlemen *My three disciples.*

1926).

He passed away on the twenty-sixth day of the third month of Tân Hợi year (April 24, 1971).

11.6) *Mr. Vương Quan Kỳ* (1880 -1939) became one of the first disciples of Cao Dai God who was under the guidance of Mr. Ngô Minh Chiêu. He set up the altar at home in 1924 to worship the Divine Eye drawn by Mr. Ngô. (But he did not receive or practice the meditation method). Mr. Vương was the liaison between Mr. Ngô and the Exoteric Group, comprising the gentlemen Phạm Công Tắc, Cao Hoài Sang, Cao Quỳnh Cư, Đoàn Văn Bản, Nguyễn Văn Hoài, Võ Văn Sang, and Lê Văn Trung.

11.7) *Mr. Nguyễn Ngọc Tương* (1881-1951) had been the District Chief of Cần Giuộc and a disciple of Minh Sư Branch before joining Caodaism. He was guided by gentlemen Lê Văn Trung, Phạm Công Tắc, and Cao Quỳnh Cư who came to Cần Giuộc to convert him to Caodaism. On the seventeenth day of the fifth month of Bính Dần year (1926), he was divinely appointed Phối Sư phái Thượng, holy name Thượng Tương Thanh. He was promoted as Thượng Chánh Phối Sư in a séance at Vĩnh Nguyên Tự pagoda on the third day of the seventh month of Bính Dần year. Upon God's instruction, in 1930 he renounced secular life to entirely devote himself in religious duties at Tây Ninh Holy See.

11.8) *Mr. Lê Văn Lịch* (1890 -1947) formerly had been the Abbot of Vĩnh Nguyên Tự pagoda, in Long An Village, Cần Giuộc District, Long An Province (which was established by his father, Thái Lão Sư Lê Đạo Long of Minh Đường Branch).

At the beginning of Bính Dần year (1926), gentlemen Phạm Công Tắc, Cao Quỳnh Cư, Cao Hoài Sang, and Nguyễn Ngọc Tương came to Vĩnh Nguyên Tự pagoda and asked for permission to organize an invocation séance. In this séance, Thái Lão Sư Lê Đạo Long, who had acceded to the divine nomination Như Ý Đạo Thoàn Chơn Nhơn, recommended Mr. Lê Văn Lịch and family members to convert to Caodaism. On the fifteenth day of the third month of Bính Dần year, God appointed Mr. Lê Văn Lịch as Ngọc Đầu Sư, holy name Ngọc Lịch Nguyệt.

(Translator's note: Please refer to answer 4.2 for related information.)

11.9) *Mr. Trương Hữu Đức* (1890 -1976) was divinely appointed Tiên Đạo Phò Cơ Đạo Sĩ on the fifteenth day of the third month of Bính Dần year (April 26, 1926).

On the twelfth day of the first month of Đinh Mão year (February 13, 1927), he was divinely appointed Hiến Pháp (in Hiệp Thiên Đài) of Tây Ninh Holy See. In 1955, he sold all his properties and moved to the Holy See to fully focus in religious practice.

On the twenty-first day of the fifth month of Tân Hợi year (1971), he was appointed Interim Chưởng Quản Hiệp Thiên Đài of Tây Ninh Holy See.

Mr. Trương Hữu Đức passed away on the fifteenth day of the twelfth month of Ất Mão year (January 15,1976) at age 87.

11.10) *Mr. Lý Trọng Quí* (Hồ Vinh Quí) (1872 - 1945)

11.11) *Mr. Lê Văn Giảng* (1883 - 1932)

11.12) *Mr. Võ Văn Sang*, i.e., Phán Sang.

11.13) *Mr. Nguyễn Văn Hoài*, i.e., Phán Hoài.

11.14) *Mr Nguyễn Trung Hậu* (1892-1961) was admitted as disciple of Cao Dai God at the end of the year 1925. He was divinely appointed Tiên Đạo Phò Cơ Đạo Sĩ on the fifteenth day of the third month of Bính Dần year

(April 26, 1926), and was promoted to Bảo Pháp (in Hiệp Thiên Đài).

Formerly he had been editor for the magazine "*La Revue Caodaiste*" (1930-1931) and the monthly journal "*Đại Đồng*" (the Great Harmony) of Liên Hòa Tổng Hội (1932).

In 1957, he was Manager of Hạnh Đường (the School of Conduct) teaching Lễ Sanh and Giáo Hữu at Tây Ninh Holy See.

He passed away on the seventh day of the ninth month of Tân Sửu year (October 16, 1961) at his private residence. His remains were re-interred at Tây Ninh Holy See on the seventh day of the ninth month of Giáp Dần year (October 21, 1974).

11.15) *Mr. Đoàn Văn Bản* formerly had been the schoolmaster of Cầu Kho Elementary School (presently Trần Hưng Đạo High School on Trần Hưng Đạo Street, District I, Ho Chi Minh City). He was awakened after being invited by Mr. Vương Quan Kỳ to attend invocation séances. Taking Mr. Vương's advice, he offered his house to be used as an invocation site (at the end of year 1925). Since then, this place has become Cầu Kho Holy House.[14]

---

[14] In the séance at night of the New Year's Eve of Bính Dần year, Cao Đài God gave a poem calling the names of all his first disciples as follows:

> *Chiêu, Kỳ, Trung độ dẫn Hoài sanh,*
>
> *Bản đạo khai Sang, Quí, Giảng, thành;*
>
> *Hậu, Đức, Tắc, Cư thiên địa cảnh,*
>
> *Quờn Minh Mân đáo thủ đài danh.*

II. THE CONSTITUTIONAL ORGANIZATION

12. What is *Pháp Chánh Truyền* (*the Constitution*)?

Pháp Chánh Truyền (*the Constitution*) is the document containing holy teachings that God bestowed through invocation séances in the Ceremony to Inaugurate the Great Way on the sixteenth day of the tenth month of Bính Dần year (November 20, 1926) at Từ Lâm Tự pagoda (i.e., Thiền Lâm Tự pagoda, or Gò Kén Pagoda), Tây Ninh Province. Pháp Chánh Truyền lists all the dignitary ranks constituting the Church of the Great Way for the Third Universal Salvation along with their responsibilities and authorities, as well as the rules of nomination and promotion for each rank. Pháp Chánh Truyền is the Cao Dai Constitution to confer the mechanism of law making, law enforcement, leadership direction, and adept management.

13. What is *Tân Luật* (*the New Codes*)?

Tân Luật (*the New Codes*) is the religious codes enacted by Caodaist Pioneers based on Cao Dai God's holy teachings and the ancient religious laws. The *New Codes* was approved by God via invocation and promulgated in 1927.

Tân Luật consists of three main parts:

> Đạo Pháp (The Sacerdotal Law)
>
> Thế Luật (The Temporal Law)
>
> Tịnh Thất (The Hall of Meditation)

    a. Đạo Pháp (The Sacerdotal Law) encompasses the organizational mechanism of the religion, the precepts, the instructional methods, and the religious sanctions. It comprises eight chapters with thirt-two articles, in which

Chapter One on *The Governing Dignitaries* is completely extracted from Pháp Chánh Truyền with some additional explanations.

 b. Thế Luật (The Temporal Law) discusses the adept's virtues and secular activities such as marriage, funeral, mutual support, career, and child education. It consists of twenty-four articles.

 c. *Tịnh Thất (The Hall of Meditation)* regulates the qualifications for adepts to enter a hall of meditation and practice meditation methods. This part also sets rules for adepts in the hall of meditation to maintain peace and serenity for their own progression. It consists of eight articles.

14. What is the fundamental organization of Caodaism?

Caodaism is organized as follows:

 – *Bát Quái Đài (the Octagonal House of Divinities)* is the invisible part of the religion.

 – *Hiệp Thiên Đài (the House of Communion with God)* is the semi-invisible and semi-visible part of the religion. (Please refer to Appendix section on Pháp Chánh Truyền of Hiệp Thiên Đài).

 – *Cửu Trùng Đài (the House of Nine Spheres)* is the visible part of the religion.

Together the three Houses form the Holy Body of God.

Pháp Chánh Truyền (the Constitution) and Tân Luật (the New Codes) set rules on the organization of Caodaism.

15. What are the authorities of *Bát Quái Đài (the Octagonal House of Divinities)*?

Bát Quái Đài holds the salvation power, presided by God with the assistance of all buddhas, immortals, saints, and deities. Its management body consists of the Founders of the Three Religions (Sakyamuni Buddha, Laozi, and Confucius); the Three Governors (Senior Immortal Thái Bạch Kim Tinh, Quan Âm Bodhisattva, and Quan Thánh Đế Quân); the two Representatives of the Saint Way and the Deity Way (Jesus Christ, and Khương Thái Công).

In the Great Way for the Third Universal Salvation, Bát Quái Đài is the Thiên (God) constituent that operates the Third Salvation via *God-Man Union*, along with Cửu Trùng Đài and Hiệp Thiên Đài.

16. How is Cửu Trùng Đài (*the House of Nine Spheres*) organized and what is its function?

Cửu Trùng Đài consists of:

1)	GIÁO TÔNG	1 person
2)	CHƯỞNG PHÁP	3 persons
3)	ĐẦU SƯ	3 persons
4)	PHỐI SƯ	36 people
	(including the three CHÁNH PHỐI SƯ)	72 people
5)	GIÁO SƯ	3000 people
6)	GIÁO HỮU	unlimited
7)	LỄ SANH	unlimited
8)	CHỨC VIỆC (Chánh trị sự, Phó trị sự, Thông sự)	unlimited
9)	TÍN ĐỒ (adepts)	

The top three ranks (Giáo Tông, Chưởng Pháp, and Đầu Sư) have both legislative and administrative powers. The other ranks from and below Phối Sư have administrative power only.

Cửu Trùng Đài of Female Order only consists of Đầu Sư and the ranks below it. (Please find further information on the functions of Cửu Trùng Đài in Pháp Chánh Truyền, section on Cửu

Trùng Đài).

17. How is *Hiệp Thiên Đài* (*House of Communion with God*) organized and what is its function?

Hiệp Thiên Đài has two functions:

1) Communicate between Bát Quái Đài and Cửu Trùng Đài.

2) Preserve religious laws.

Hiệp Thiên Đài consists of:

HỘ PHÁP presiding Hiệp Thiên Đài, on his right side is THƯỢNG PHẨM, and on his left, THƯỢNG SANH. Together they lead the three branches: Chi Pháp, Chi Đạo, and Chi Thế.

Thượng Phẩm	Hộ Pháp	Thượng Sanh
Bảo Đạo	Bảo Pháp	Bảo Thế
Hiến Đạo	Hiến Pháp	Hiến Thế
Khai Đạo	Khai Pháp	Khai Thế
Tiếp Đạo	Tiếp Pháp	Tiếp Thế

In addition, there are Thập Nhị Bảo Quân (the Twelve Religious Faculty) and Hội Thánh Phước Thiện (the Charity Organization), Bộ Pháp Chánh (the Justice Department), and Ban Thế Đạo (the Office of Secular Affairs). (For further information on the functions of Hiệp Thiên Đài, please refer to Pháp Chánh Truyền, section on Hiệp Thiên Đài).

18. How is Tổ Chức Hành Chánh (the Religious Administration) organized?

The central administration consists of the following Nine Ministries (Cửu Viện):

Học Viện, Y Viện, Nông Viện

Hộ Viện, Lương Viện, Công Viện

Lại Viện, Lễ Viện, Hòa Viện.

The local administration is organized into levels as follows:

- Multiple provinces: Trấn Đạo (governed by a Giáo Sư).

- Province: Châu Đạo (governed by a Giáo Hữu).

- District: Tộc Đạo (governed by a Lễ Sanh).

- Village: Hương Đạo (governed by *Ban Trị Sự* comprising Chánh Trị Sự, Phó Trị Sự, and Thông Sự).

19. What is *Họ Đạo* (*Parish*)?

According to Tân Luật (the New Codes) Articles Sixteen and Seventeen, any local area with over five hundred adepts can establish its own Họ Đạo (congregation or parish) and its own holy house, managed by a dignitary. A parish can only be established with Giáo Tông's approval. Dignitary presiding Họ Đạo (parish) should be at the rank of Lễ Sanh and appointed by the authority at the Holy See.

20. How does *Ban Cai Quản* (*the Managerial Board*) of a holy house work?

Ban Cai Quản (*the Managerial Board*) manages and operates all religious activities in a holy house.

Ban Cai Quản is elected by the local parishers, usually for a two-year term. The Board consists of the following eight people:

– One Chánh Hội Trưởng (Chief Executive Officer)

– One Phó Hội Trưởng (Deputy Chief Executive Officier)

– One Từ Hàng (Secretary)

– One Phó Từ Hàng (Junior Secretary)

– One Thủ bổn (Accountant), (Hộ Vụ)

– One Phó Thủ bổn (Accounting Assistant)

– Two Kiểm soát viên (Controllers)

Directly subordinated to the Managerial Board are the committees that are created based on the needs of individual parish, such as:

– Ban Liên Giao (Committee on External Affairs)

– Ban Tạo Tác (Committee on Construction and Repairs)

– Ban Trù Phòng (Committee on Catering)

– Ban Lễ Viện or Lễ Vụ (Committee on Rituals or Rites)

– Ban Phổ Huấn (Committee on Religious Instructions)

– Ban Nông Viện or Nông Vụ (Committee on Agricultural Affairs)

– Ban Công Viện or Công Vụ (Committee on Industrial Affairs)

– Ban Phước Thiện (Committee on Health and Social Services)

– Ban Học Viện (Committee on Religious Training).

21. What is *Ban Trị Sự* (*the Administrative Board*)?

Ban Trị Sự (*the Administrative Board*) consists of Chức Việc (Sub-dignitaries) of a Hương Đạo who carry out the mission assigned by the central administration established by Đức Giáo Tông. Ban Trị Sự consists of one Chánh Trị Sự, one

Phó Trị Sự, one male and one female Thông Sự.

– Chánh Trị Sự (Chief Manager) governs Hương Đạo (also called Xã Đạo or thiên bàn, that is at village level) in the administrative system established by Đức Giáo Tông.

Đức Giáo Tông stated in a holy message as follows:

> *Chánh Trị Sự, representing Me, is the elder brother to all adepts in his locale. Chánh Trị Sự looks after the activities of God's disciples and takes God's order to help the needy, support the poor, and treat all adepts his own siblings. Chánh Trị Sự is Đầu Sư in miniature (Đầu Sư em).*

– Phó Trị Sự (Deputy-Chief Manager) is also a sub-dignitary in the same locale as Chánh Trị Sự. His responsibility is to assist Chánh Trị Sự to fulfill the tasks of helping the needy and supporting the poor in his parish - Phó Trị Sự has administrative power but no legislative power. If something happens that is harmful to the religion, he should notify Thông Sự to remediate the problem appropriately. Phó Trị Sự is Giáo Tông in miniature (Giáo Tông em).

– Thông Sự (Inspector) is the sub-dignitary established by Hộ Pháp upon Đức Giáo Tông's advice - Thông Sự is at the same rank as Phó Trị Sự, but he has legislative power and no administrative power. Thông Sự reports to Hiệp Thiên Đài; he is empowered to examine laws and inspect Phó Trị Sự's actions and behaviors. If any matter of injustice occurs in the parish but the Church administration is unaware, Thông Sự is the one to be blamed. Thông Sự is fully empowered to cooperate with Phó Trị Sự in finding solutions to help the needy. Thông Sự is Hộ Pháp in miniature (Hộ Pháp em).

22. What activities are carried out in a holy house?

The holy house should:

– Organize services on the four daily prayer sessions. On the new-moon and the full-moon days, update the adepts with news and religious matters after performing the prayer sessions.

– Organize services on religious ceremonies and anniversaries.

(Translator's note: Please refer to answers 36 and 38 for related information.)

– Organize funeral services for deceased adepts.

– Perform baptism and initial enshrinement ceremonies for new adepts.

– Perform wedding and newborn sacraments.

– Pray for the death-liberation of the deceased and peace of mind for adepts and other people in need.

– Organize religious seminars and meditative training courses for adepts.

– Guide and promote ethics in ritual choir and ritual servants.

– Perform and provide sites for charity services.

– Interconnect with other holy houses and communicate with the society and the government.

23. Why is holy house also called *Thánh Thể Đức Chí Tôn* (*the Holy Body of God*)?

Every holy house comprises the Three Houses: Bát Quái Đài, Cửu Trùng Đài, and Hiệp Thiên Đài.

Bát Quái Đài is an eight-sided tower corresponding to the Divine Altar in the Main Worship Hall. Spiritually, Bát Quái

Đài belongs to the authority of God and Divine Beings for the mission of the Third Universal Salvation, that is, the Thiên (God) factor. In terms of esoteric method, it corresponds to Thần (Spirit).

Cửu Trùng Đài is the site where dignitaries and adepts perform rituals to Bát Quái Đài. In Tây Ninh Holy See, Cửu Trùng Đài is built with nine flats symbolizing for the nine ranks from low to high order in Cửu Trùng Đài. Spiritually, Cửu Trùng Đài signifies that all beings are children of God, emanating from His original essence. Cửu Trùng Đài also represents for the mystic power in humans, i.e., the Nhơn (Man) factor. In terms of esoteric method, it corresponds to Tinh (Essence).

Hiệp Thiên Đài is adjacent to Cửu Trùng Đài, corresponding to Hộ Pháp stance situated between the bell tower and the drum tower at the facade of the holy house. Hiệp Thiên Đài is the site where its dignitaries organize invocation séances for divine beings to manifest and teach. Hiệp Thiên Đài holds the mystic power of the Way to operate the religion and conveys mystic power from Bát Quái Đài to Cửu Trùng Đài; thanks to it, the Way operates smoothly. In terms of esoteric method, Hiệp Thiên Đài corresponds to Khí (Energy).

The Great Way should comprise the invisible, the visible, and the mystic power to generate and nurture all beings and help them progress on the evolution ladder. Therefore, holy houses should have all three Houses and the Church should also include all these constituents to symbolize for the Holy Body of God.

(Translator's note: Please refer to answer 14 for related information.)

24. What is *Khai Minh Đại Đạo (the Inauguration of the Great Way)?*

It is the day that God chose to officiate to mankind the Great Way for the Third Universal Salvation.

The Inauguration Ceremony took place at Gò Kén Pagoda (i.e., Từ Lâm Tự pagoda or Thiền Lâm Tự pagoda) in Long Thành village, Hòa Thành district, Tây Ninh province, at night of the fourteenth day and dawn of the fifteenth day of the tenth month of Bính Dần year (November 19, 1926).

The top dignitaries swore in accepting their mission in this ceremony.

Then Pháp Chánh Truyền (the Constitution) was promulgated by God on the sixteenth day of the tenth month of Bính Dần year.

Therefore, Caodaists organize the anniversaries of the Inauguration of the Great Way on the fifteenth day of the tenth lunar month to commemorate the day God let them officially present the Way to mankind with a fully organized Church and the complete Constitution.

(Translator's note: Please refer to answer 4.3 for related information.)

III. GOALS AND CREDO OF CAODAISM

25. What are the goals of Caodaism?

The goals of Caodaism are to perfectionate mankind and form a society of equality, a world of harmony.

Spiritually, Caodaism aims at liberating mankind from the rebirth cycle.

In summary, the goal of Caodaism is *Thế Đạo đại đồng, Thiên Đạo giải thoát (Harmony in the Temporal Way,*

Deliverance in the Spiritual Way).

26. What is the meaning of *Thế Đạo đại đồng (Harmony in the Temporal Way)*?

Harmony in the Temporal Way corresponds to the initiatives and methods to solve world problems – to create a peaceful and progressive living environment in human society.

Harmony in the Temporal Way aims at creating a society in which everyone can enjoy equality and happiness, with no discrimination on social classes, organizations, religions, nations, or races. *Harmony in the Temporal Way*, according to Caodaism, is based on humaneness in which human stance and human rights are emphasized, and human nature is promoted to build a civilized, ethical, and peaceful world – namely, the era of virtues – *Harmony in the Temporal Way*, in a broader sense, is also the loving-kindness toward all beings, from the infinitely small creatures to animals, to humans, i.e., to all living species.

27. What is the meaning of *Thiên Đạo giải thoát (Deliverance in the Spiritual Way)*?

Spiritual Way is the esoteric way, the cultivation method for practitioners to achieve the complete liberation – to free themselves from physical ailments or emotional distress, and furthermore to achieve spiritual deliverance. After leaving the body, the soul of those cultivators who attain spiritual deliverance will enjoy the eternal life in the Nirvana or Paradise and no longer reincarnate in this world.

To that end, cultivators in the Spiritual Way should receive and practice the esoteric method of the great vehicle[15] to

---

[15] Translator's note: In Buddhism, the essence of the great vehicle or Mahanaya Buddhism is the conception of compassion for all living

forge their body and heart as well as to practice the mission of guiding and saving other people.

28. What is the credo of Caodaism?

The credo of Caodaism is *Tam Giáo qui nguyên, Ngũ Chi phục nhứt (Return the Three Religions to the origin, Restore the Five Branches to the unity)*. The Three Religions are Confucianism, Taoism, and Buddhism.

The Great Way for the Third Universal Salvation establishes an entire doctrine, i.e., the doctrine of the Great Way, based on the doctrinal synchretism of the Three Religions. It is because the Three Religions are fully capable of providing righteous people to build peaceful society (Confucianism), teach mankind how to preserve body and mind to live in equanimity (Taoism), and free grieves (Buddhism).

Therefore, the credo *Return the Three Religions to the origin* is the guideline to achieve the goals *Harmony in the Temporal Way, Deliverance in the Spiritual Way*.

Restore the Five Branches to the unity means the Man Way, Deity Way, Saint Way, Immortal Way, and Buddha Way converging into one. It is the guideline for cultivators to proceed stepwise, like climbing up a five-flat stepladder. To *restore* means to unify into a system in which the constituents mutually complement to form an integral cultivation method for the practitioners to achieve their goals.

In other words, the credo of Caodaism is a syncretic way to achieve the ultimate goals of all religions: the perfectionation and salvation of mankind.

---

beings; it emphasizes the universalism and altruism, developing wisdom and the perfect transformation of all living in the future state.

29. What is the meaning of *Vạn Giáo nhứt lý* (*All Religions are of the same truth*)?

Besides the credo *Return the Three Religions to the origin, Restore the Five Branches to the unity*, Caodaism also upholds the motto *All religions are of the same truth*.

Through this motto Caodaism affirms that all orthodox religions are of the same truth and share the same ultimate goals, which are to guide mankind into a moral life, self-perfectionation and perfectionation of human society, as well as spiritual deliverance.

Therefore, Caodaism respects the faith of all religions and highlights that the common principle shared by all doctrines, i.e., the doctrine of the Great Way, can awaken the entirety of mankind.

IV. RITUALS AND WORSHIP METHOD

30. What does worshipping *Thiên Nhãn* mean in Caodaism?

Thiên Nhãn means God Eye. God displayed the spectacle of Divine Eye to his first disciple, Mr. Ngô Minh Chiêu, so he could draw and use it as the symbol to worship God.

In a holy message, God explained as follows:

> *Worshipping the Divine Eye is worshipping your Master. Why does the Divine Eye symbolize your Master?*
>
> *Your Master taught:*
>
> *Eye is the master of the Mind,*
>
> *And the two sources of Light;*
>
> *Light is Spirit;*

Spirit is GOD;

GOD is ME.

Eye is the Spiritual Heart in humans. That Heart is the Creator, i.e., the Spirit; and Spirit is the Principle of Infinite Emptiness. Indeed, that immutable, eternal, and absolute Principle is GOD. ...

Your eyes are corporeal and serve as the Yin-Yang pair. Analogously, the Supreme Being is God Eye whereas the two sources of light, the Sun and Moon, constantly lighting up the entire universe in the eternal rhythm of day-and-night, keeping the mechanism of Creation in its endless operation.[16]

Therefore, worshipping the Divine Eye is worshipping God, the center of spiritual energy of the universe, the Supreme Being or Supreme God, the Sovereign of the Universe, i.e., Cao Đài God.

(Translator's note: Please refer to answer 4.1 for related information.)

31. Whom do Caodaists worship?

Caodaists worship the Divine Eye – a symbol for God – the Founder of the Great Way for the Third Universal Salvation, i.e., the Sovereign of the Universe.

Under the Divine Eye, are the Founders of the Three Religions:

- Shakyamuni: Founder of Buddhism.

---

[16] Chiếu Minh Đàn (1950). Đại Thừa Chơn Giáo, thiên 46 "Cách thờ phượng", tr.432. In A-T. T. (Trans.) *Cao Dai Great Way: The Grand Cycle of Esoteric Teaching*, chapter 'Method of Worship', pp. 258 – 259. Garden Grove, California: Cao Dai Temple Overseas, 2015..

- Laozi (the reincarnate being of Thái Thượng Đạo Tổ)[17]: Founder of Taosim.

- Confucius: Founder of Confucianism.

Next are the Three Governors of the Great Way for the Third Universal Salvation, who protect and secure the Way on behalf of the Founders of the Three Religions.

- The First Governor is Thái Bạch Kim Tinh Đại Tiên Trưởng (the Great Immortal Li Taipei)

- The Second Governor is Quan Âm Bồ Tát (Quan Âm Bodhisattva, the Goddess of Mercy)

- The Third Governor is Đức Hiệp Thiên Đại Đế Quan Thánh Đế Quân (the Saintly Lord of the Kings Quan Văn Trường).

In addition, Caodaists also worship Jesus Christ representing the Saint Way, and Khương Thái Công representing the Deity Way.

In overall, this worship method expresses the credo *Return the Three Religions to the origin, Restore the Five Branches to the unity* of the Great Way for the Third Universal Salvation founded by God in this last era to save all beings.

---

[17] In all holy houses, the worship tablet reads "Thái Thượng Đạo Tổ" (The Great Venerable Forefather of the Way).

32. How is the Divine Altar arranged and what is its meaning?

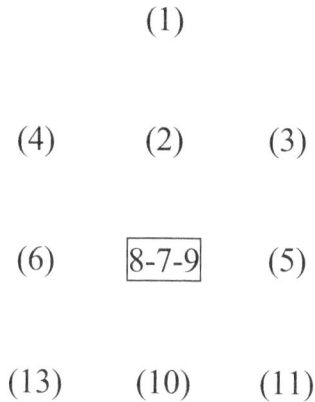

(1)

(4)   (2)   (3)

(6)   8-7-9   (5)

(13)   (10)   (11)

(1) The Divine Eye: At the center of the altar and at the highest position

(2) The Monad lamp: At the center of the altar and below the Divine Eye

(3) Flower: On the left side of the altar (viewed from the altar out)

(4) Fruit: On the right side of the altar

(5) Plain water: On the left side

(6) Tea: On the right side

(7-8-9) Three cups of wine

(10) Incense burner with five incense sticks: Between the two candles

(11- 12) Two candles

- The Monad Lamp is constantly lit on the Divine Altar, representing the origin of the Universe, i.e., the primordial and eternal energy that creates the two universal forces – Yin and Yang – to engender all creatures.

The Monad Lamp also symbolizes the light of heart, as taught in Đại Thừa Chơn Giáo:

> *The lamp that you place at the center of the Divine Altar symbolizes the light of heart. Immortals and Buddhas transmit esoteric traditions through it, and you attain spiritual enlightenment also through it.*[18]

- The two candles (11- 12), also called the Yin-Yang light, correspond to the Monad Lamp at the center and inner of the altar. Together they symbolize the principle of creation *The Monad engenders the Twin Senses.*

- Flower and Fruit are also arranged in Yin and Yang positions.

- Water and Tea also signify the Yin (left) and Yang (right).

- In addition, Flower, Wine, and Tea, symbolize Essence, Energy, and Spirit, respectively, that Taoists call the Three Treasures in human beings.

- The incense burner with five incense sticks symbolizes the convergence of the Five Primordial Elements: Metal, Wood, Water, Fire, and Alkali, which are also represented for Discipline, Equinimity, Wisdom, Omniscience, and Deliverance.

33. What is the meaning of the character "Khí" at the table of Hộ Pháp?

The table of Hộ Pháp is the altar facing the Divine Altar and

---

[18] Chiếu Minh Đàn (1950). *Đại Thừa Chơn Giáo*, thiên 46 "Cách thờ phượng", tr.434. In A-T. T. (Trans.) *Cao Dai Great Way: The Grand Cycle of Esoteric Teaching*, chapter 'Method of Worship', pp. 259. Garden Grove, California: Cao Dai Temple Overseas, 2015.

at the outer front of a holy house. In Tây Ninh Holy See, it is where Hộ Pháp was standing to ward off evils from the séances, with Thượng Sanh on his left and Thượng Phẩm on his right side.

(Translator's note: Please refer to answer 17 for related information.)

Above the table of Hộ Pháp is a picture of the character KHÍ (ENERGY), symbolizing for the Pre-Genesis vital energy or the primordial energy of the Universe. Therefore, in the Worship Hall, one end is THẦN (SPIRIT) of the Universe (Divine Eye: God), and the other end is KHÍ (ENERGY) of the Universe that reciprocate to each other. Thần - Khí (Spirit - Energy) is the basis of life and the evolution of all beings.

34. Caodaism has two sets of prayers: Kinh Thiên Đạo and Kinh Thế Đạo. What do they comprise and how are they used?

1) Kinh Thiên Đạo (Prayers of the Spiritual Way) consist of

  1.1) Prayers for the four daily worship sessions: Kinh Niệm hương, Khai kinh, Kinh Ngọc Hoàng Bửu Cáo, Phật Giáo Bửu Cáo, Tiên Giáo Bửu Cáo, Nho Giáo Bửu Cáo, Dâng tam bửu (prayers for the Three-Treasure offerings: flower, wine, and tea), and Ngũ nguyện (the Five Vows).

At Đền Phật Mẫu (the Shrine of Divine Mother), prayers for the four daily worship sessions include kinh Niệm hương, Khai kinh, Phật Mẫu Chơn Kinh, kinh xưng tụng công đức Đức Diêu Trì Kim Mẫu (only recited in the Mid-Autumn Ceremony), Dâng tam bửu (prayers for the Three-Treasure offerings: flower, wine, and tea), and Ngũ nguyện (the Five Vows).

On the anniversary of a divine being, the prayer to honor His/Her Holiness is recited. This case applies to the anniversary of Đức Lý Đại Tiên Trưởng, Đức Quán Thế Âm Bồ Tát, Đức Quan Thánh Đế Quân, Jesus Christ, Đức

Khương Thái Công.

1.2) Kinh Giải Bịnh (Prayer for the recovery from illnesses), and Kinh Trừ Tà (Prayer to Ward Off Evils).

1.3) Kinh Tang Lễ (Funeral prayers) for every step of the dying process (from the dying agony to the shrouding, the seeing off the dead, the burial, etc.).

1.4) Kinh Cầu Siêu (Prayer for the Repose of the Soul), cúng cửu, tiểu tường đại tường, kinh cầu siêu cho âm nhân (prayer for the soul liberation), and kinh tế lễ chiến sĩ trận vong (prayer for the failing soldiers).

1.5) Kinh Sám Hối (Repentance prayer).

1.6) Kinh Giải Oan (prayer to seek forgiveness and to liberate the soul from bad Karma), Kinh Nhập Môn (Initiation prayer for new adepts), and Kinh Tắm Thánh (Baptism prayer for newborns).

2) Kinh Thế Đạo (Prayers of the Temporal Way) consist of:

2.1) Prayers applied to religious activities: Kinh Thuyết Pháp (prayer recited before a speech), Kinh Nhập Hội (prayer to start a meeting), Kinh Xuất Hội (prayer to end a meeting), and Kinh Nhập Học (prayer to start a class).

2.2) Prayers applied to daily-life activities: Kinh Khi Ra Đường (prayer before leaving home), Kinh Khi Trở Về (prayer after coming home), Kinh Khi Ngủ (prayer at bed time), Kinh Khi Thức Dậy (prayer after waking up), Kinh Khi Ăn Cơm (prayer before a meal), and Kinh Khi Ăn Xong Rồi (prayer after a meal).

2.3) Kinh Hôn Phối (Wedding Prayers).

2.4) Prayers applied to funerals of very important people such as the president of a nation, teachers, parents, spouses, ancestors, friends, and siblings.

2.5) Kinh Cứu Khổ (Grief-Freeing Prayer).

35. What are *Ngũ Nguyện* (*the Five Vows*)?

The Five Vows are chanted at the end of each worship session. They are:

1- *Nam mô nhứt nguyện Đại Đạo hoằng khai* (*May the Great Way be propagated*).

2- *Nam mô nhị nguyện phổ độ chúng sanh* (*May all beings be salvaged*).

3- *Nam mô tam nguyện xá tội đệ tử* (*May the disciple be forgiven*).

4- *Nam mô tứ nguyện thiên hạ thái bình* (*May the world be pacified*).

5- *Nam mô ngũ nguyện thánh thất an ninh* (*May the holy house be secured*).

Divine Beings summarized the Five Vows as follows:

First, I vow to propagate the Great Way.

By overcoming all challenges in this world.

Second, I vow to save all beings

By preaching the doctrine of the Great Way.

Third, I vow to atone for human sins

By tolerating and breaking up the ignorance in this world.

Fourth, I vow to bring peace to mankind

By maintaining equanimity to subdue disturbances.

Fifth, I vow to secure the holy house

By presenting speeches on the new-moon and full-moon days

To calm human heart

And aspire it toward the universal harmony.[19]

36. What are regular ceremony, major ceremony, and grand ceremony?

a) <u>Regular ceremony</u> (Tiểu đàn) is the four daily prayer sessions performed at home or in a holy house without the ritual musics, drum and bell.

b) <u>Major ceremony</u> (Trung đàn) are those held twice a month, on the new-moon and full-moon days in a holy house, a hall of meditation, or at the Holy See. Major ceremony is more elaborate than the regular ceremony, as the prayers are chanted by the choir along with ritual musics. The Thunder Drum is struck thirty-six beats then silenced, and the White Jade Bell is also struck thirty-six times then silenced. The drum and bell operations are repeated for a total of three rounds. In a major ceremony, the entreaty-presentation rite is performed but the three-treasure offering rites are not.

c) <u>Grand (or formal) ceremony</u> (Đại đàn) comprises all the three components of ritual musics, the choir, and the ritual servants who bring the offerings to the altar.[20] Both the Thunder Drum and the White Jade Bell are operated but each would be struck three times in a sequence of twelve rounds, each round consists of twelve beats of drum and bell. Finally, the operation returns to three strikes of drum and bell. The entreaty-presentation rite is also performed.[21]

---

[19] Như Ý Đạo Thoàn Chơn Nhơn, séance at Vĩnh Nguyên Tự pagoda.

[20] This rite is called "*đăng điện*" (entering the hall). While bringing the three offerings (flowers, wine, and tea) from the table of Hộ Pháp to the Divine Altar, the ritual servants walk in a dance drawing the Sino-Vietnamese character 心 (heart) with their steps.

[21] Toà Thánh Tây Ninh (1973). Thánh Ngôn Hiệp Tuyển, q.1, tr. 22. In H. B. and H. B. (Trans.) *Collection of Selected CaoDai Holy Messages*

The grand ceremony also includes *nhạc tấu huân thiên*[22] (resounding music toward the heaven), as well as the *ngoại nghi* (the outer rite) and the *nội nghi* (the inner rite).

In summary, the grand ceremony is a complete procedure of ritual musics, of inner and outer rites for the three offerings, as well as of drum and bell performing the *Thunder of God*.

The outer rite is the procedure of preparing the offerings in front of the table of Hộ Pháp for the ritual servants to bring to the leading officer who kneels in front of the Divine Altar.

The inner rite is the ritual to present the offerings performed by the leading officer in front of the Divine Altar,

(Translator's note: Please refer to answers 22 and 38 for related information.)

37. What is the meaning of *Lễ Nhập Môn* (*the Initiation Ceremony*)?

To become a Cao Dai disciple, one should attend the Initiation Ceremony (lễ Nhập Môn). In Vietnamese language, the term 'nhập môn' means "enter through the door".

The Initiation Ceremony is held in front of the Divine Altar in a holy house. It is performed by the head dignitary of a parish, and witnessed by the new disciple's families, co-religionists, and the two lead persons.

The Initiation Ceremony usually takes place after the major ceremonies on the new-moon or full-moon days. Kneeling in front of the Divine Altar, the new adept says his/her name and takes the solemn oath under the guidance of the head

---

(p. 50, Séance on the eighteenth day of the fifth month of Bính Dần year, i.e., June 27, 1926). Norfolk, Virginia: CreateSpace, 2015.

[22] *Nhạc tấu huân thiên* is the loud performance of ritual music band right before the ceremony is commenced.

dignitary of the parish, vowing to be a devoted disciple of Cao Dai God, to observe the religious laws, and to hold on to the Way throughout his/her lifetime.

Then, the head dignitary performs the Initiation Sacrament on the new adept, representing God to accept this new disciple.

Dignitaries in the holy house are responsible for recording the new adept's name into the religious register of that holy house.

On the spiritual aspect, the initiated adept would be granted amnesty if he/she always holds on to the faith, diligently self-cultivates through the work of merit, work of virtue, and work of wisdom, to gradually self-perfectionate and help others in their perfectionation.

38. What are Bạch Ngọc Chung (White Jade Bell) and Lôi Âm Cổ (Thunder Sound Drum)?

- Bạch Ngọc (the White Jade) refers to the White Jade Palace where God resides. Thus, Bạch Ngọc Chung (White Jade Bell) can be understood as the bell in God's palace.

- Lôi Âm means thunder sound; Lôi Âm Cổ (Thunder Sound drum) is the thunder drum.

Prior to a grand ceremony in a holy house, bell and drum are operated in the same style of thunder drum in pagodas, but each round should consist of twelve beats. There should be twelve rounds per sequence, and three sequences should be completed to make thirty-six rounds, namely the *Thunder of God*. It is the relics of Buddhism.

(Translator's note: Please refer to answers 36 for related information.)

39. What are the major anniversaries in Caodaism?

1) The ninth day of the first lunar month is the

anniversary of the Supreme God, the Founder of the Great Way for the Third Universal Salvation, i.e., Cao Dai Immortal Great Bodhisattva Mahasattva.

2) The full-moon day of the second lunar month is the anniversary of Laozi, the Founder of Taoism.

3) The eighth day of the fourth lunar month is the anniversary of Shakyamuni Buddha, the Founder of Buddhism.

4) The eighteenth day of the fourth lunar month is the anniversary of Khương Thái Công, representing for the Deity Way.

5) The nineteenth day of the second lunar month is the anniversary of Đức Quan Thế Âm Bồ Tát (Avalokitesvara Bodhisattva), the Second Governor of the Great Way for the Universal Salvation.[23]

6) The twenty-fourth day of the sixth lunar month is the anniversary of Đức Quan Thánh Đế Quân, the Third Governor of the Great Way for the Third Universal Salvation.

7) The full-moon day of the eighth lunar month is the anniversary of Đức Diêu Trì Kim Mẫu Vô Cực Từ Tôn, i.e., the Divine Mother; Hội Yến Bàn Đào (the Peach Banquet) is held in that full-moon night.

(Translator's note: Please refer to answer 40 for related information.)

8) The eighteenth day of the eighth lunar month is the anniversary of Đức Lý Đại Tiên Trưởng, the First Governor of the Great Way for the Third Universal Salvation.

9) The twenty-seventh day of the eighth lunar month is the anniversary of Confucius, the Founder of

---

[23] Some places commemorate the Anniversary of Đức Quan Thế Âm Bồ Tát on the nineteenth day of the sixth lunar month.

Confucianism.

10) The full-moon day of the tenth lunar month is the anniversary of the Inauguration of the Great Way

11) December twenty-fifth is the anniversary of Jesus Christ, the Founder of Christianism.

In addition, grand ceremonies are also held in holy houses on the full-moon day of the first, the seventh, and the tenth lunar months, symbolizing the First, Second, and Third Eras, respectively.

40. What is *Yến Bàn Đào* (*the Peach Banquet*)?

Historically, God instructed Caodaist Pioneers to organize the first Peach Banquet in the full-moon night of the eighth month of Ất Sửu year (1925) to solemnly welcome the Divine Mother (Diêu Trì Kim Mẫu) and the Nine Female Immortals (Cửu Vị Tiên Nương) to descend in this world.

The banquet comprised flowers, fruits, and wine arranged on a round table, surrounded by nine chairs.

The Caodaist Pioneers used invocation to implore for Divine Mother to descend in the banquet. The Divine Mother were escorted by the Nine Female Immortals.

Divine Mother allowed the Caodaist Pioneers to attend the banquet and play the musics.

In terms of significance, Divine Mother is the Infinity (Vô Cực), the Non-Being, the principle of preservation. Thus, in the Great Way for the Third Universal Salvation, while God Master descends in this world to teach and save mankind, Divine Mother also comes to teach and coach the pre-destined missionaries as well as all her children to save them from the worldly sufferings.

The fact that the Pioneer leaders attended the banquet with Divine Mother and the nine Female Immortals symbolizes for the principles of *God, man made up of oneness* and *God-Man Union*; particularly, it emphasizes that *the Invisible and the Visible share the same mission* of the Third Universal Salvation.

The Peach Banquet also signifies a reward for the devotees in their practice of self-deliverance and helping others to deliver themselves.

(Translator's note: Please refer to answers 39 for related information.)

41. What is the Caodaist flag and its meaning?

The Caodaist flag is rectangular with its length divided into three equal parts from top to bottom as follows:

- The yellow part, also called Thái Thanh (the Supreme Purity), symbolizes the Buddha Way (Buddhism).

- The blue part (blue is the color of the sky), also called Thượng Thanh (the True Purity), symbolizes the Immortal Way (Taoism).

- The red part, also called Ngọc Thanh (the Jade Purity), symbolizes the Saint Way (Confucianism).

On the yellow section, the Divine Eye is depicted on both sides of the flag. Vertically displayed below the Divine Eye are the six words *Đại Đạo Tam Kỳ Phổ Độ* (The Great Way for the Third Universal Salvation) in Vietnamese language on one side and in Sino-Vietnamese characters on the other side of the flag.

The Caodaist flag is hung in front of the Holy See, holy houses, and houses of meditation, right above the entrance hall.

42. What is *Phướn Tam thanh* (*the Three-Purity Pennon*)?

A pennon is a long and narrow banner usually hung in the

frontyard of a shrine or a pagoda. In the frontyard of the Holy See, holy houses, and houses of meditation there is a pole to hang the pennon on the days of grand ceremony. The Caodaist pennon usually has a length of either nine meters, twelve meters, eighteen meters, or thirty-six meters, with a width of 0.6 meter. It is structured as follows:

- The pennon is in yellow color, fringed in blue and tasseled in red color (symbolizing for the Three Religions: Buddhism, Taoism, and Confucianism, respectively).

- The Divine Eye is embroidered on the top part of both sides of the pennon.

- Under the Divine Eye, a parallel verse (usually given by Divine Beings) is embroidered vertically; it denotes the spirit of the Great Way and a specific religious event occurred in this locality. Both sides of the pennon are identical, but each side carries one line of the parallel verses.

43. What is *Cổ pháp Tam giáo* (*the Three-Religion ancient logo*)?

Ancient logo is the treasure of the ancient times, symbolizing the miraculous powers of Divine Beings. The Three-Religion ancient logo consists of the following:

– *Bát vu* is the bowl containing the monk's begged food. It symbolizes the Buddha Way.

– *Phất chủ* or *phất trần* is the Immortal's feathered brush to dust off all worldly matter. It symbolizes the Immortal Way.

– *Kinh Xuân Thu* (the *Spring-Autumn Book*) is the history book that Confucius compiled to delineate his doctrine. This book symbolizes the Saint Way.

Caodaism employs the Three-Religion ancient logo to highlight the principle *Return the Three Religions to the origin.*

44. Does Caodaism have *bí tích* (*sacraments*)?

Bí means secret, mystic, and not widespread.

Tích means sign of grace; in the context of *bí tích,* it means the strong impact that the sacrament performer makes on the receiver.

Sacraments were secretly entrusted by Divine Beings to the Pioneer leaders who were responsible for holding God's sacraments to save mankind. Then those sacraments are passed on to the successors verbally, as no written form is allowed. In the Great Way for the Third Universal Salvation, there are twelve sacraments, each of which is associated with its own prayer. They are:

1) *Phép giải oan* (Forgiveness Sacrament to liberate a soul from bad karma); it is performed on new adepts.

2) *Phép tắm thánh* (Baptism Sacrament), performed on babies one-month old or over.

3) *Phép giải bệnh* (Recovery Sacrament), performed on patients with serious illnesses who sincerely repent their sins to alleviate their karmic inflictions.

4) *Phép vĩnh sanh* (Eternity Sacrament), performed on an adept who just died; the clergy comes to perform the sacrament on the corpse before it is enshrouded. This sacrament is only for the adepts who follow a minimum of ten-day monthly vegetarian regimen, to direct their souls into the eternal life.

5) *Phép đoạn nghiệt* (Karma-breaking Sacrament), performed on the moribund adepts to free them from the death inflictions caused by their cumulative karma.

6) *Phép tuyệt trần* (Detachment Sacrament), performed on dying people who are still clinging so tightly

to their families and possessions that their souls cannot detach from their bodies; it is evidenced through their prolonged lament and groan. The clergy would order co-religionists to recite *sám tỉnh mê hồn* (the prayer to awake ignoring souls) before performing the Detachment Sacrament to make the soul leave the body.

7) *Phép trấn thần* (Warding Sacrament): *trấn* means ward or place in, *thần* is spiritual powers. This sacrament is applied by placing a subject under holy power, to protect it from the bad influence of evil power or evil spirit. For instance:

- Ward spiritual power in worship halls and worhip statues.

- Ward spiritual power in newly constructed houses.

- Ward spiritual power in bedrooms of the demon-possessed people.

- Ward sprirtual power on dignitaries' religious costumes.

- Ward spiritual power in coffins or graves ….

8) *Phép hôn phối* (Sacrament of Matrimony), not mandatory; the newly-wed couple must meet some criteria to receive this sacrament.

9) *Phép đại xá - tiểu xá* (Sacrament of Penance), performed by the highest dignitary in a church, on behalf of God, to bless or absolve an individual or a group of their guilts.

10) *Phép giải khổ* (Grief-alleviating Sacrament), performed on people who bear multiple scourges and misfortunes simultaneously. Before performing the sacrament, the clergy would explain the karmic law to the sufferers, then advise them to repent, and recite Kinh Cứu Khổ (the Grief-freeing prayer) and Kinh Cảm Ứng (the Appeal-responding prayer).

11) *Phép Khai khiếu* (Intuition-inducing Sacrament), performed on novice mediums and novice spiritual readers, as well as on sluggish children or mentally indecisive people.

12) *Phép điểm đạo* (Initiation Sacrament), performed by a live master or by Divine Beings to mystically guide a disciple into the great vehicle of spiritual deliverance.

45. What is Caodaist invocation and how does it work?

Invocation is a means of communication between divine beings in the invisible realm and the dignitaries of the churches in this world., i.e., between *Bát Quái Đài* (the Octagonal House of Divinities) and *Cửu Trùng Đài* (the House of Nine Spheres), through *Hiệp Thiên Đài* (the House of Communion with God) with the use of *cơ bút* (spiritic writing tools).

- *Cơ* is a special tool that the medium holds and writes the words of holy messages when he/she receives spiritual energy from Divine Beings.

- *Bút* is another special tool similar to a pen.

In Vietnamese language, when the medium holds *cơ*, it is said that he/she *thủ cơ*. And when he/she holds *bút*, it is said that he/she *chấp bút*.

Sometimes, the medium simultaneously holds the *cơ* and utters words of Divine Beings, namely the holy message, that he/she receives through spiritual energy.

Medium is a person having the innate capability of receiving the spiritual energy from the invisible realm, when he/she sits quietly to compose his/her mind in a serene environment.

The medium must live in chastity and frequently practice meditation to be fully charged with spiritual energy.

The invocation group, reporting to *Hiệp Thiên Đài* (the House of Communion with God), must fully observe very strict regulations to be qualified for holding spiritic writing tools.

Cơ bút is a spiritic method that Western people call spiritism.

V. THE BASIC TEACHING

46. What is the basis of Cao Dai teaching?

Caodai teaching is based on two fundamental principles:

1) Heaven, Earth, and all beings are made up of the oneness. God, mankind, and all beings are of the same essence.

2) One emanates all, all converge to one. The unity originates all forms (diversity); all forms (diversity) return to the original unity.

- From the first principle, Cao Dai teaching notes that God and human beings are of the same essence, and consequently can correspond and unite with each other. Therefore, God taught *Your Master is you all, you all are your Master.*

Next, all beings are of the same essence. Thus, everyone should love each other. Especially for mankind, people should treat each other like siblings of the same Father, and from there they should implement the universal harmony.

- From the second principle, Cao Dai teaching notes that the Universe is an evolutionary field in which the starting point is the essence of the globe of divine light, i.e., God, emanating the sparks of divine light innately stored in all beings to make them evolve from minerals, to vegetations, to animals, and to mankind. Then human beings evolve into deities, saints, immortals, and buddhas, to return and re-unite with God.

Thus, the ultimate goal of human beings is to evolve to reunite with God, i.e, the origin of human beings as well as of the Universe. To achieve it, people must practice self-cultivation to improve their virtues until being perfectly true and perfectly good. Cao Dai teaching calls this process *Return to the origin.*

47. How do Caodaists believe in God?

Caodaists absolutely believe that God is the Lord of the Universe, the Father of all beings.

He is the Supreme Being in the concept of impersonal God, and Jade Emperor Supreme God in the concept of personal God.

In different epochs of the history of mankind, God entrusted the Messengers to incarnate in the world as religious founders to teach mankind *the way to do good.*

In this Third Universal Salvation, He Himself came to this world in spiritual energy to initiate the Great Way for the Third Universal Salvation to save mankind and establish the era of virtue. In the Third Universal Salvation, God is the religious Founder, as well as the Father and the Master of all beings. He allows all Divine Beings to come with Him into this world to operate the mechanism of universal salvation in the era of decadence.

48. What is the meaning of impersonal God and personal God?

Cao Dai teaching synchronizes these two concepts.

With respect to the impersonal God, it is the dynamic origin that engenders the Universe, and also the original mechanism of forming, transforming, and operating the Universe. Theologically, impersonal God is the principle of creation, destruction, and preservation of the Universe in the dynamic law of the Yin-Yang interaction.

With respect to the personal God, it is the absolute being, i.e., the Supreme God with omnipotence to manage all beings and the Universe.

The concept of personal God leans toward the worship tendency, whereas the concept of impersonal God leans toward the philosophical tendency. Both lead to the faith in God.

49. What is Caodaist cosmological viewpoint?

According to Cao Dai teaching, the origin of the Universe is an infinite nebula. From this infinite nebula, a miraculous principle and an absolute energy flash out and condense into a splendid globe of light. That globe of light explodes to give rise to the Supreme Being, i.e., the Giobe of Divine Light. The Supreme Being *applies the Yin-Yang mechanism to separate the pure from the impure and condense the Imponderable Energy of the Primordial Nebula (the Non-Being) to engender all creatures.*[24]

That is the creation mechanism; it is followed by the evolution mechanism of all beings because all beings bear the innate essence of divine light and must evolve toward the union with the Globe of Divine Light in accord with the principle *One emanates all, all converge to One.*[25]

---

[24] Chiếu Minh Đàn (1950). Đại Thừa Chơn Giáo, thiên 46 "Vũ Trụ", tr.410. In A-T. T. (Trans.) *Cao Dai Great Way: The Grand Cycle of Esoteric Teaching,* chapter 'The Universe', pp. 244. Garden Grove, California: Cao Dai Temple Overseas, 2015.

[25] Chiếu Minh Đàn (1950). Đại Thừa Chơn Giáo, thiên 46 "Tiên Thiên Cơ Ngẫu", tr.276. In A-T. T. (Trans.) *Cao Dai Great Way: The Grand Cycle of Esoteric Teaching,* chapter 'The Pre-Genesis Odd-Even Set', pp. 161. Garden Grove, California: Cao Dai Temple Overseas, 2015.

(Translator's note: Please refer to answer 46 for related information.)

50. What are Đại Linh Quang and Tiểu Linh Quang (the Globe of Divine Light and Sparks of Divine Light)?

These are specific concepts in Cao Dai teaching. As stated above (Refer to answer 49), all beings are created from the Supreme Being. The Supreme Being is the Globe of Divine Light in terms of intrinsic essence and it is also the intrinsic origin of all beings. With respect to the spiritual meaning, the Supreme Being is the great primordial spirit of the entire universe. Each living being innately contains a spark of divine light of identical nature and essence to that of the Globe of Divine Light; thus, it is also called the point of primordial spirit extracted from the Globe of Divine Light.

To self-cultivate is to unveil the haze of ignorance to expose that point of primordial spirit so that it can reunite with the Globe of Divine Light once detaching from the body.

According to Cao Dai teaching, every creature must gradually proceed through the evolution cycle of the Universe until beciming humans, to obtain all the three souls (living, emotional, and miraculous souls), forming the basis for self-cultivation and self-deliverance.

51. What is *Tân pháp Cao Đài* (the *New Method of Cao Dai*)?

The New Method of Cao Dai is the self-cultivation method that God taught his disciples in the Third Universal Salvation. It is simpler than those precedingly taught in other religions. Also, it synchronizes the basic cultivation methods of the three religions (Confucianism, Buddhism, and Taoism), to help the cultivators in their step-by-step practice from the lower levels to the higher ones until achieving the spiritual deliverance. The New Method of Cao Dai can be considered the most appropriate self-cultivation method for the Universal Salvation in this era of decadence.

In practical terms, the New Method of Cao Dai is based on Tam Công (the Triple Work) to forge body and mind, nature and heart.

(Translator's note: Please refer to answer 37 for related information.)

52. What does it mean by *Đắc nhứt (Attaining the Oneness)*?

Nhứt means the Oneness, the common Truth of all beings. *Đắc nhứt* means attaining the Oneness, achieving the state of identifying to the Universe, mutually harmonizing with all beings around.

Đắc nhứt, toward the goal of returning to the origin of the Universe, means successfully reunite with God, i.e., the Globe of Divine Light.

Đắc nhứt, toward the goal of spiritual deliverance, means achieving the state of non-discriminative mind, seeing oneself as everyone else and everyone else is oneself.

Đắc nhứt, on the aspect of self-cultivation, means continuously persevering in practicing the Way with the unique faith, with one single method – that is, with the whole-hearted mind.

Đắc nhứt, on the aspect of relationship among religions, means practicing non-discrimination toward other religions, i.e., not speaking highly of one's own religion, but equally respecting all religions based on the principle *All religions are of the same truth.*

Đắc nhứt, ultimately means achieving the Way, i.e., attaining the spiritual enlightenment.

(Translator's note: Please refer to answers 46 and 49 for related information.)

53. What does it mean by *phản bổn hoàn nguyên (return to the origin)*?

Phản means reverting in direction, *hoàn* means coming back.

According to Cao Dai teaching, sparks of divine light are emanated from the Globe of Divine Light (i.e., God) and incorporated in all beings to gradually evolve through myriads of incarnations to achieve the human stance. Human beings continue the last stage of the evolution cycle to return to the original destination, which is God, the Globe of Divine Light. This coming-back process is called *returning to the origin*, passing into the Nirvana, or attaining the Oneness.

To return to God, human beings must self-cultivate so their god-nature is further and further exposed and sparkled up until it becomes perfectly compatible with the Globe of Divine Light of God.

Thus, *return to the origin* means reaching the ultimate destination of the evolution cycle, and no longer returning to the starting point of rebirth cycle.

(Translator's note: Please refer to answers 49 and 50 for related information.)

54. What is the meaning of *Tiên Thiên - Hậu Thiên (Pre-Genesis/Post-Genesis or Pre-Heaven/Post-Heaven)*?

They literally mean before and after the creation of Heaven-Earth.

Pre-Genesis means before the creation of Heaven-Earth and the Universe. Post-Genesis is after the Universe and all beings are engendered.

According to the cosmology of *Non-Being / Supreme Being / Yin-Yang*, the Pre-Genesis is the nature of the primordial universe and refers to the primordial essence of Non-Being

– Supreme Being, whereas the Post-Genesis is the nature of all beings arises from the mutual interaction of the Yin-Yang pair.

Pre-Genesis is unborn and immortal,

Post-Genesis is born and mortal.

Self-cultivation is the process of purifying body and mind to absorb the Pre-Genesis nature and spiritually transform oneself into the Pre-Genesis essence, i.e., self-convert from sentient to saint.

55. What is the Caodaist conception of soul?

Caodaists believe that every human being has a miraculous soul. The soul is the invisible part in a person that controls all his/her spiritual activities as well as behaviors, whereas the body is the visible part for his/her movements and contacts with the outside. The soul consists of two major components: the personal **consciousness** for each individual and the **spark of divine light** inherited from God. The soul is everlasting and still exists after a person's death. Cao Dai teaching affirms that human beings can self-cultivate and self-discipline to eradicate all profane desires in their consciousness so that the spark of divine light is unveiled and exposes the miraculous nature of the soul.

Once the soul becomes perfectly awakened and perfectly divine, it is no longer ruled by the karmic law of reincarnation and is said to be delivered. Then this spark of divine light will identify with the Globe of Divine Light.

(Translator's note: Please refer to answer 50 for related information.)

56. What is *Nhân Đạo* (*the Man Way*)?

Nhân Đạo is the Way of being a perfect human. To practice the Man Way is to fulfill the duties toward oneself, families, and societies. Cao Dai teaching insists that adepts practice the Man Way, which is grounded on Benevolence (Nhân), Courtesy (Lễ), Righteousness (Nghĩa), Knowledge (Trí), Credibility (Tín), Loyalty (Trung), and Filial Piety (Hiếu).

Disciples should accomplish the Man Way in their stage of worldly engagement before entering the stage of worldly detachment and renounce from their secular life to fully devote themselves in the practice of spiritual deliverance – namely, the Spiritual Way.

57. What is *Thiên Đạo (the Spiritual Way)*?

Thiên Đạo is the cultivation way of self-deliverance to free oneself from the karmic rebirth cycle. To practice the Spiritual Way disciples must:

> - Adopt a minimum of ten-day monthly vegetarian regimen, but it would be best to become full-time vegetarian.

> - Completely abstain from sexual activities.

> - Receive the training on meditative methods and techniques.

These are the conditions for disciples to receive and perform work of wisdom. But Cao Dai teaching also insists that disciples keep performing the Triple Work to facilitate their self-deliverance. Thus, once stepping in the Spiritual Way disciples must forge and acquire the virtues of the great vehicle. It means they must maintain equanimity in their heart, eradicate all desires, embody the ideal of Bodhisattva, be tolerant and inclusive to save all other people. Therefore, religious leaders in the Third Universal Salvation are obliged to carry out a mission, namely, the mission of the great vehicle – once they step into the Spiritual Way.

58. Why is the name *Tam Kỳ Phổ Độ (the Third Universal Salvation)*?

Tam Kỳ Phổ Độ is the third time of universal salvation, after the first time (the First Universal Salvation) and the second time (the Second Universal Salvation).

Cao Dai teaching states that throughout the history of mankind God always mercifully saves all beings by sending his messengers into this world to establish religions to save mankind in the three eras as follows:

* *Nhứt Kỳ Phổ Độ* (the First Universal Salvation): By the end of the Superior Era, King Fu Xi (2852–2737 B.C.) and King Dawu (2205–2197 B.C.) in China invented Hà Đồ (the Yellow River Chart), Bát Quái (the Eight-Trigram plan), and Lạc Thơ (the Lo River Writing) to form the basis for King Wen (born in 1258 B.C.) and Duke of Zhou (?-1105 B.C.) later developed into the *Book of Changes* that teaches both the Man Way and the Spiritual Way. They are saintly persons who civilized humanity, knowledge, and virtue.

Also in this First Universal Salvation, in Palestine of West Asia, about 1300 B.C., Saint Moses stood out to lead the Jewish exodus. He went up Mount Sinai to get in communion with God and received the Ten Commandments to teach his people.

* *Nhị Kỳ Phổ Độ* (the Second Universal Salvation): By the end of the Middle Era, many religions were founded and constituted the Second Universal Salvation that spanned from the last six centuries B.C. through the eighteenth centuries A.D. They were the following:

- Sakyamuni, born in 560 B.C. in India, founded Buddhism.

- Confucius, born in 551 B.C. in China, founded Confucianism.

- Lao Zi, born in the same period and in China as Confucius, wrote Dao De Jing (the book about the Way and its power), and was revered as the Founder of Taoism.

- Jesus Christ, born in Bethlehem village, in West Asia at the beginning of Western (Christian) calendar, self-proclaimed as the Son of God who descended into the world for mankind redemption and founded Catholicism.

- Mohammed, born in 571 A.D. in Mecca, Arabs, preached the Koran and founded Islam.

  * *Tam Kỳ Phổ Độ* (the Third Universal Salvation): By the end of the Last Era, God founded the Great Way for the Third Universal Salvation in South Vietnam in 1926. He Himself is the invisible Founder of the Faith, employing spiritic invocation to admit disciples and establish Caodaism.

(Translator's note: Please refer to answers 59 and 60 for related information.)

59. What is *Đại Ân Xá Kỳ Ba* (*the Third Grand Amnesty*)?

It is stated in holy teachings that God initiates the Great Way for the Third Universal Salvation, i.e., this is the third time the Way is opened and corresponds to the Last Era, whereas the First and the Second Universal Salvation correspond to the First and the Middle Era, respectively. As this current salvation is the last one of the three-era cycle, God grants a grand amnesty to all beings; whoever sincerely self-cultivates will be saved from the decadence.

Lao Zi taught in a séance as follows:

> *In this period of grand amnesty, every self-cultivator can attain spiritual deliverance. Any good deed being performed, no matter how trivial it is, still is a good deed and counted*

triple.[26]

Therefore, the cultivation method is taught more widely in the Third Salvation than in the previous ones. The meditation techniques are also simplified and easier to perform. Especially for those cultivators who are determined in practicing the method, if they cannot attain the spiritual deliverance while being alive, after their death they will be amnestied to continue their self-cultivation in the invisible realm until becoming enlightened and no longer being reborn in this world. These privileged and rare favors only exist in the third era of decadence and thus, they are called *the third grand amnesty.*

(Translator's note: Please refer to answers 58, 60, and 61 for related information.)

60. What is *hạ nguơn mạt kiếp* (*the last era of decadence*)?

According to Cao Dai teaching, history of mankind is divided into three eras: the First, the Middle, and the Last Era.

Thượng nguơn (The First Era) is also called the prehistory period[27] in which mankind typically led an honest and worry-free lifestyle.

Trung nguơn (The Middle Era) is equivalent to the

---

[26] Séance on February 14, 1972 at Cơ Quan Phổ Thông Giáo Lý Đại Đạo (the Organization for Preaching the Doctrine of the Great Way).

[27] Translator's note: Prehistory is the period of human activity between the use of the first stone tools about 3.3 million years ago and the invention of writing systems, the earliest of which appeared about 5,300 years ago. [Source: https://en.wikipedia.org/wiki/Prehistory].

ancient history period[28] and the early modern period[29]; it is characterized by fierce battles within and among countries. People fought each other more and more atrociously due to their greed and hatred.

Hạ nguơn (*The Last Era*) is equivalent to the late modern period[30] continuing to the contemporary period[31] and the centuries that follow. In this period, science and technology is extremely advanced; consequently, lifestyle in advanced countries becomes more civilized and improved in quality. However, also based on the scientific and technological inventions, people make extremely dangerous weapons of mass destruction, giving rise to imminently

---

[28] Translator's note: Ancient history is the aggregate of past events from the beginning of recorded human history and extending as far as the Early Middle Ages or the Postclassical Era. The span of recorded history is roughly 5,000 years, beginning with Sumerian Cuneiform script, the oldest discovered form of coherent writing from the protoliterate period around the thirtieth century B.C. [Source: https://en.wikipedia.org/wiki/Ancient_history].

[29] The early modern period began approximately in the early sixteenth century; notable historical milestones from a worldwide standpoint were its globalizing character. The period witnessed the exploration and colonization of the Americas and the rise of sustained contacts between previously isolated parts of the globe. [Source: https://en.wikipedia.org/wiki/Early_modern_period].

[30] Translator's note: The late modern period began approximately in the mid-eighteenth century; notable historical milestones included the French Revolution, the American Revolution, the Industrial Revolution and the Great Divergence. It took all the human history up to 1804 for the world's population to reach one billion; the next billion came just over a century later, in 1927. [Source: https://en.wikipedia.org/wiki/Modern_history#Late_modern_period].

[31] Translator's note: Contemporary history is a subset of modern history which describes the historical period from approximately 1945 to the present. The term "contemporary history" has been in use at least since the early nineteenth century. [Source: https://en.wikipedia.org/wiki/Contemporary_history].

fierce wars. These detrimental effects are due to the imbalanced development between the material civilization and the spiritual ethics, threatening to destroy the entire world. That is why the Last Era is also called *hạ nguơn mạt kiếp* (*the last era of decadence*).

(Translator's note: Please refer to answers 58 and 59 for related information.)

61. What is Caodaist worldview?

First, Caodaists perceive the world both as a school and as a site for their merit acquisition and virtue improvement to speed up their evolution. Toward that end, God taught: *The world is a field of contest for work of merit.*[32]

Thus, Caodaists should not be pessimistic nor deny societal life. Instead, they should live conformingly with life circumstances to fulfill their duties towards themselves, families, societies, and countries, before and while stepping into the stage of esoteric practice of deliverance.

Regarding the relationships to families, societies, and countries, Caodaists practice the Man Way of Confucianism to lead a moral life. Consequently, Caodaists highly appreciate the filial worship of parents and ancestors, as well as the reverence of national heroes.

(Translator's note: Please refer to answer 71 for related information.)

62. What is Caodaist conception of an ideal human life?

Cao Dai teaching conveys an ideal society of human fraternity and saintliness that is based on humaneness, peacefulness, and progress.

---

[32] Toà Thánh Tây Ninh (1973). Thánh Ngôn Hiệp Tuyển, q.1, tr. 34. In H. B. and H. B. (Trans.) *Collection of Selected CaoDai Holy Messages* (p. 63, Séance on the twenty-sixth day of the sixth month of Bính Dần year, i.e., Aug. 4, 1926). Norfolk, Virginia: CreateSpace, 2015..

God taught this: *Whenever you, children, still see injustice in this world, the Way has not yet been accomplished.*[33]

Therefore, Caodaism should be a religion for humanity[34] to build the perfect world of universal harmony and justice.

(Translator's note: Please refer to answer 63 for related information.)

63. Is Caodaism a humane religion?

Certainly yes. Caodaism perceives religion and mankind arc an entirety.[35]

> *Cao Dai teaching does not advice disciples to seek happiness in the eternal realm of absolute emptiness or in the grief-free Nirvana while other people suffer from poverty, famine, ailments, ignorance, discrimination, partition, exploitation...* [36]

Another holy teaching affirms Caodaist guideline on

[33] Toà Thánh Tây Ninh (1973). Thánh Ngôn Hiệp Tuyển, q.1, tr. 105. In H. B. and H. B. (Trans.) *Collection of Selected CaoDai Holy Messages* (p. 152, Séance on April 15, 1926). Norfolk, Virginia: CreateSpace, 2015.

[34] Translator's note: The Vietnamese term "nhân sinh" is equivalent to "humanity", defined as "the characteristics, key events, and situations which compose the essentials of human existence, such as birth, growth, emotionality, aspiration, conflict, and mortality." [Source: https://en.wikipedia.org/wiki/Human_condition].

[35] Toà Thánh Tây Ninh (1973). Thánh Ngôn Hiệp Tuyển, q.1, tr. 116. In H. B. and H. B. (Trans.) *Collection of Selected CaoDai Holy Messages* (pp. 136 - 137, Séance on the first day of the first month of Đinh Mão year, i.e., Feb. 1st, 1927). Norfolk, Virginia: CreateSpace, 2015.

> *If you respect Me, you should respect the Way; and if you respect the Way, you should also respect the entire mankind.*

[36] Quan Âm Bodhisattva, séance at Vĩnh Nguyên Tự pagoda on January 25, 1974.

humaneness as follows:

> *Regardless of any circumstances of the territory or country, the spiritual life must be based on humaneness. Only in such practice, the religious dogma would not fall into utopia or illusion.*[37]

(Translator's note: Please refer to answers 61 and 62 for related information.)

VI. CAODAISM IN PRACTICE

64. How do Caodaists practice self-cultivation?

Like other religions, Caodaist congregation consists of lay devotees and the clergy. The former are disciples who practice the cultivation methods at home while fulfilling their secular duties. The latter fully devote themselves to the religion, and live and serve in holy houses or at the Holy See.

Disciples must observe the Five Precepts, and the Four Great Rules.[38] They must adopt a vegetarian regimen of six days per month (for the first six months after receiving the Initiation Sacrament), and for ten days per month thereafter, to gradually achieve the integral vegetarianism. Meanwhile, they should practice self-perfectionation by performing work of merit, work of virtue, and work of wisdom from the easy and simple levels up to the more delicate and intricate ones.

(Translator's note: Please refer to answer 66 for related information.)

---

[37] Đức Lê Đại Tiên, *Thánh Giáo Sưu Tập*, Cơ Quan Phổ Thông Giáo Lý Đại Đạo 1970-71, p. 24, séance at the fourteenth night and the fifteenth day of the second month of Canh Tuất year (March 21, 1970).

[38] For further details, please check the Addendum section.

65. What is *Tam Công* (*the Triple Work*)?

Tam Công (*the Triple Work*) consists of the following:

– *Công Quả* (*work of merit*) is the practice that one applies one's own talents and possessions to perform good deeds to help and benefit other beings in life as well as in religious congregations.

– *Công Trình (work of virtue)* is the practice of forging good conduct, eliminating bad habits and detrimental behaviors, and persistantly cultivating to self-perfectionate.

– *Công phu (work of wisdom)* includes performing the four daily prayer sessions as the initial practice of composing one's mind to achieve equanimity and be in communion with Divine Beings. After receiving the esoteric training, work of wisdom is the process of exercising the meditation method to forge one's body and mind into the spiritual deliverance.

66. How do Caodaists practice vegetarianism?

Caodaist vegetarianism, like that of Buddhism, is to observe the precept *Do not kill*, to avoid bad karma and to purify one's body and mind.

Disciples must adopt a vegetarian regimen of six days per month, then proceed to ten days per month until achieving the integral vegetarianism.

Vegetarian adepts should intake only plant-based foods, and by all means they should avoid the animal-based products. Cultivators of the great vehicle (meditation practitioners) should also abstain from onions, shallots, scallions, garlics, chives, animal-based milk and dairy products.

It is not necessary that vegetarian regimens be austere; instead, they should be sufficiently nutritious to maintain a healthy body and lucid mind for the practitioner to complete his/her journey of self-cultivation toward the deliverance.

(Translator's note: Please refer to answer 64 for related information.)

67. What does it mean by *tự độ - độ tha (self-liberate – liberate others)*?

Tự độ - độ tha (Self-liberate - liberate others) is the motto *Use fire to kindle fire* in the Third Universal Salvation to create a rapidly extended network of enlightenment in the entirety of mankind. *To self-liberate* is to self-cultivate and self-perfectionate to achieve the spiritual deliverance. But one of the conditions to acquire the spiritual deliverance is to amass sufficient work of merit and virtue by encouraging and helping others in their self-cultivation for their own salvation, namely, *to liberate others*. It is recommended that each disciple guide twelve other people in their self-cultivation such that the number of enlightened people would increase exponentially.

Tự độ - độ tha (Self-liberate – liberate others) in Caodaism is equivalent to *Bodhisattva's mission* in Buddhism. Caodaism perceives that *liberating others* is not only the work of merit but also the mission for each Caodaist, especially for the religious leaders progressing on the way of the great vehicle. That is the mission of *representing God to save people*, teaching to transform mankind on behalf of God, to establish the era of virtue. Thus, it is also called the *mission of the great vehicle*.

68. What are Caodaist typical daily activities?

In terms of religious activities: Caodaists perform the four daily prayer sessions in front of the Divine Altar (at 5 and 11 a.m., 17 and 23 p.m.).

They attend services and ceremonies in holy houses twice per month, on the new-moon and full-moon days. In addition, they should read holy messages and study Cao Dai teaching every day to make progress in their self-cultivation.

Those receiving the esoteric training should practice meditation four times per day.

Furthermore, depending on individual circumstances, adherents should volunteer to serve the religion and society or mutually help co-religionists, especially in marriage and funeral events.

In terms of secular activities: Caodaists should perform their daily activities, like any other ordinary people, to fulfill their duties towards their families, societies, and countries. To make a living, they should choose honest and ethical jobs.

69. What are Caodaist marriage regulations?

According to *Thế Luật* (*the Temporal Law*) of Caodaism, Articles Six to Ten regulate marriage as follows:

Article Six: *Marriage is a very important event in a person's life. One must choose a spouse among coreligionists, unless the outsider agrees to be initiated prior to the wedding.* (Please refer to the Temporal Law).

Article Seven: *Eight days before the wedding, the groom's father or his representative should post an announcement in the local holy house to inform all coreligionists, to avoid unforeseen incidents in the future.*

Article Eight: *After the wedding, the bride and the groom should come to the local holy house to receive the rites and sacrament of matrimony.*

Article Nine: *Once these laws are promulgated, adepts are forbidden to take concubines. If a spouse passes away, the widow/widower may remarry.*

Should the wife have no offspring to continue the family lineage, the husband may marry a second wife only when the first wife be the principal contractual party to this union.

Article Ten: *Divorce is forbidden, except in cases of adultery or infractions of filial piety towards the in-laws.*

70. How are Caodaist funerals organized?

- When a Caodaist is dying, his/her family and coreligionists recite *kinh hấp hối* (prayer for the moribund) to empower the soul to gently leave the body. At this point, a clergy would come to perform *Phép đoạn nghiệt* (the Karma-breaking Sacrament). (This sacrament is applied only on the moribund adepts who practice a minimum ten-day vegetarianism.)

- *Kinh tẫn liệm* (the shrouding prayer) is chanted at the shrouding ceremony, then a clergy performs *phép xác* or *phép vĩnh sanh* (the Eternity Sacrament) in the coffin ceremony.

- After the shrouding and coffin ceremonies, the tablet for the deceased will be set, followed by the distribution of mourning clothes to family members.

- While waiting for the burial, *kinh cầu siêu* (prayer for the repose of the soul) is chanted in front of the Divine Altar every day at the four daily prayer sessions, and family members offer meals in front of the coffin.

- Before the funeral procession, family members pay their last respects in front of the coffin while coreligionists chant *kinh động quan* (prayer for moving the coffin).

- During the procession, *kinh đưa linh* (prayer for the burial procession) is chanted.

- At the grave site, the clergy performs *bí tích trấn thần* (the Warding Sacrament) while coreligionists chant *kinh hạ rộng* (prayer for the burial).

Next is *kinh từ giả mộ phần* (prayer to see off the dead), followed by *kinh rước linh về nhà* (prayer to guide the soul back home).

- At home *kinh an linh sàng* (prayer to settle the tablet on the altar) is chanted.

- From that day on, the ritual group at the local holy house will come for service of *cúng cửu* (the nine-day prayer sessions) every nine days from the deceased day, for a total of nine sessions, that is, eighty-one days. (These prayer sessions are only applied for deceased adepts who practiced vegetarianism of at least ten days a month).

- Two hundred days after the last nine-day prayer session would be *lễ Tiểu tường* (the first Memorial Service).

- Three hundred days after the first Memorial Service would be *lễ Đại tường* (the last Memorial Service).

- After the last Memorial Service, family members would organize anniversaries every year on the deceased day.

For dignitaries, funeral ceremonies are organized differently from the above-mentioned.

71. How do Caodaists worship their ancestors?

Caodaists worship the ancestors in accord with Confucian traditions. They perform filial duty to show their gratitude and pay respects to their ancestors as well as to deceased parents.

In each adherent's home, beside the Divine Altar that is set up at the most solemn place, there are other altars for the ancestors and deceased parents. Shown on these altars are the deceased parent's photograph and the tablet with his/her full name and date of death. In addition, there should be at least an incense burner, or be more complete with a pair of candle holders and a brass burner.

Family members light incense sticks on the altars on a daily basis to commemorate the ancestors and/or deceased parents.

On the anniversary day, family members offer flowers, fruits, and full meals on the ancestor altar (Cao Dai teaching recommends the offerings be vegetarian foods). All family members, the older ahead of the younger, would pay their respects in front of the altar. Then, they gather and share the meal in the spirit of intimate blood relationship.

(Translator's note: Please refer to answer 61 for related information.)

72. When should Caodaists renounce the secular life and devote themselves to religious activities?

Usually when the adepts are no longer bound with their duties toward families and society, they may willfully renounce the secular life and move into a holy house or the Holy See to fully devote themselves to religious performance and improve their virtues. Most of these people are at or close to their retirement age.

Yet, young adepts may also willfully dedicate themselves to the monastic life, leaving home for the holy house to accept religious obligations and duties and to self-cultivate throughout their lifetimes.

APPENDICES

Pháp Chánh Truyền (The Constitution)[39]

GIÁO TÔNG is your eldest brother. He is empowered to represent your Master to guide all of you in religious as well as in secular life. He has power over corporal matters, but no power over the soul. He is empowered to communicate with the Thirty-Six Heavens and the Seventy-Two Planets to plead for all of you. Listen! You all must obey him.

CHƯỞNG PHÁP of the three orders are Taoism, Confucianism, and Buddhism. The laws of the Three Religions are distinctive, but in front of your Master they should be the same. They are empowered to examine the laws before implementation, whether handed down by Giáo Tông or presented by Đầu Sư. If both parties do not concur, the laws must be submitted to Hộ Pháp who will go to Hiệp Thiên Đài (House of Communion with God) to invoke your Master to amend them or to redraft the laws. Thus, they have the power to examine religious documents before their publication. If any writing corrupts the ethical way of life, they must disallow such publication. All disciples are obliged to comply with the temporal laws. Your Master advises all of you to help Chưởng Pháp fulfill their duties. Each Chưởng Pháp has his own seal of order. Each law must bear all three seals before it can be implemented. You all must obey them.

ĐẦU SƯ are empowered to administer both religious

---

[39] Toà Thánh Tây Ninh (1973). Thánh Ngôn Hiệp Tuyển, q. 1. In H.B. and H.B. *Collection of Selected CaoDai Holy Messages* (pp. 96 – 98, séance on the sixteenth day of the tenth month of Bính Dần year, i.e., Sunday Nov. 20, 1926). Norfolk, Virginia: CreaSpace, 2015.

and temporal lives of the adepts. They have the power to draft the law but they must present them to Giáo Tông for approval. These laws must be examined seriously to see whether they support the welfare of humanity. Before approving these laws, Giáo Tông must present them to Chưởng Pháp for a review. Chưởng Pháp must obey Giáo Tông as if these laws came from Giáo Tông. Should any law go against the welfare of humanity, the three Chưởng Pháp may petition for abrogation. Your Master advises you to urge them if any serious matter arises.

The three orders are slightly different, but their powers are the same. If any law is handed down by Giáo Tông, yet it is signed in disagreement by all three Đầu Sư, this law must be returned to Giáo Tông, and he will order Chưởng Pháp to review it carefully. Each Đầu Sư has his own seal of order, and each document must bear all three seals before it can be implemented. Listen! You all must obey them.

PHỐI SƯ there are twelve in each of the three orders, that is thirty-six in number. Among them there are three Chánh Phối Sư. These three are empowered to administer on behalf of Đầu Sư, but they are not empowered to petition to abrogate a law. Listen! You all must obey them.

GIÁO SƯ There are seventy-two in number, twenty-four in each of the three orders. Giáo Sư instructs the adepts in their religious and temporal lives. They must look after the adherents as an elder brother would his younger siblings. They keep the registers of all adherents. They must attend to the marriages and the funerals of each follower. In a large district, they have the authority to administer and officiate at religious services as would Đầu Sư or Phối Sư. They are empowered to present an entreaty to God regarding the laws that impair humanity or to plead for mitigation of those laws. They should be close to each follower like siblings in a family helping one another. Listen!

You all must obey them.

GIÁO HỮU are those who preach the teaching of your Master. They are empowered to request for the mitigation of the laws. They are three thousand in number, one thousand in each of the three orders. This number must not be increased or decreased. They are empowered to officiate at religious services and oversee the holy houses in minor provinces.

LỄ SANH must have good character and are selected among the adepts to perform services. They are empowered to perform the initiation ceremony of enshrinement for each adept. Your Master insists that Lễ Sanh be His favorites; hence, do not bully them. One must be admitted into the rank of Lễ Sanh before aspiring into the ecclesiastic hierarchy, except for those receiving special awards from your Master to bypass this path. Listen! You all must obey them.

Should a ĐẦU SƯ aspire to become a CHƯỞNG PHÁP, all three Đầu Sư must vote to elect him.

Should a PHỐI SƯ aspire to become a ĐẦU SƯ, all thirty-six Phối Sư must vote to elect him.

Should a GIÁO SƯ aspire to become a PHỐI SƯ, all seventy-two Giáo Sư must vote to elect him.

Should a GIÁO HỮU aspire to become a GIÁO SƯ, all three thousand Giáo Hữu must vote to elect him.

Should a LỄ SANH aspire to become a GIÁO HỮU, all the other Lễ Sanh must vote to elect him.

Should an adept aspire to become a LỄ SANH, all the adepts must vote to elect him.

Only when your Master descends in séance to appoint someone to a rank, may this law be waived.

As for the GIÁO TÔNG rank, CHƯỞNG PHÁP and ĐẦU

SU may compete but they must submit themselves to election by all the adepts. Only when your Master descends in séance to appoint someone to a rank, may this law be waived.

You all must obey them.

Your Master blesses you all.

Pháp Chánh Truyền Hiệp Thiên Đài

(The Constitution for House of Communion with God)[40]

JADE EMPEROR SUPREME GOD, namely, CAO DAI teaching the Way in the South.

> *Children! All disciples! Listen and obey!*

Hiệp Thiên Đài is where your Master resides to hold the supreme authority of the Way. As the Way exists, so does Hiệp Thiên Đài.

Your Master said that the Five Branches of the Great Way had failed because He had entrusted the saintly teaching to sentient beings. They strayed further and further from the saintly teaching to become profane teachings. Therefore, your Master decided that He Himself would come to teach you, children, and would not delegate the task to any sentient beings.

Moreover, Hiệp Thiên Đài is where Giáo Tông comes to communicate with the Thirty-Six Heavens, the Three Thousand Worlds, the Sixty-Eight Planets, and the Ten Hells to plead for the salvation of mankind in its entirety. Your Master just discussed the spiritual implication of Hiệp Thiên Đài, now He continues to its temporal usage.

Hiệp Thiên Đài is presided by Hộ Pháp, with Thượng Sanh on his left and Thượng Phẩm on his right side. Your Master also appointed Thập Nhị Thời Quân (the Twelve Lords of Zodiac) divided into three groups as follows:

---

[40] Toà Thánh Tây Ninh (1973). Thánh Ngôn Hiệp Tuyển, q. 1. In H.B. and H.B. *Collection of Selected CaoDai Holy Messages* (pp. 96 – 98, séance on the twenty-first day of the first month of Đinh Mão year, i.e., Feb. 13, 1927). Norfolk, Virginia: CreaSpace, 2015.

Hộ Pháp is empowered to preside the Pháp (Law) affairs, including the following dignitaries:

> *Hậu as Bảo Pháp*
>
> *Đức as Hiến Pháp*
>
> *Nghĩa as Khai Pháp*
>
> *Tràng as Tiếp Pháp.*

Their tasks are to protect religious and temporal laws. No one can bypass Hiệp Thiên Đài to break the laws.

Thượng Phẩm is empowered to preside the Đạo (Spiritual) affairs, including the following dignitaries:

> *Chương as Bảo Đạo*
>
> *Tươi as Hiến Đạo*
>
> *Đãi as Khai Đạo*
>
> *Trọng as Tiếp Đạo*

Their tasks are to oversee the religious affairs in houses of meditation and holy houses. They must look after all disciples of your Master, preventing these adepts from violating the laws and being severely disciplined.

Thượng Sanh is empowered to preside the Thế (temporal) affiars, including the following dignitaries:

> *Phước as Bảo Thế*
>
> *Mạnh as Hiến Thế*
>
> *Thâu as Khai Thế*
>
> *Vĩnh as Tiếp Thế*

Your Master advises you, children, to perform your tasks with impartiality.

He also warns that more power necessarily induces more severe sanctions.

Your Master blesses all his children.

Ngũ Giới Cấm (The Five Precepts)

After being initiated into the Way, the adepts must improve their virtues. They must observe the Five Precepts, which are

FIRST, DO NOT KILL: Do not kill or torture any living beings, that is, do not execute nor inflict on any persons or animals, and avoid all unnecessary killing or inflicting even on insects and plants.

SECOND, DO NOT STEAL: It is forbidden to rob, to take without permission, to cheat, to borrow without returning, to conceal stolen goods, to pick up lost objects, to covet property wrongfully obtained, to intentionally injure others for self-gain, to gamble, or to swindle others.

THIRD, DO NOT COMMIT ADULTARY: It is forbidden to take someone else's spouse, to lead a lasvicious life, to incite others into committing immoral acts, to be aroused by a person's beauty, or to speak flirtatiously.

FOURTH, DO NOT OVER-INDULGE: It is forbidden to indulge in gluttony, to eat and drink excessively, to get intoxicated and disrupt the peace of the community, or to always pine for good food and good drink.

FIFTH, DO NOT UTTER INJURIOUS WORDS: It is forbidden to lie, to deceive others, to brag, to expose other's faults, to turn a falsehood into a truth, to weave a truth into a falsehood, to ridicule, to denigrate, to malign others, to incite anger, to bring suit against others, to speak vulgarly, to curse others, to denigrate religions, or to break promises.

Tứ Đại Điều Qui (The Four Great Rules)

Adepts must improve their conduct by observing the following Four Great Rules:

1) THE FIRST RULE: Obey the superiors' instructions; do not feel slighted by the counsels of subordinates; treat each other with courtesy to maintain harmony. If a mistake is made, repent and accept the consequences.

2) THE SECOND RULE: Do not boast of one's talents; do not be arrogant; forget oneself to promote the welfare of others. Help others to successfully follow the Way; do not bear grudges; do not suppress the meek and gentle.

3) THE THIRD RULE: Keep a clear account of money matters; do not borrow without repaying. Behave respectfully towards the superiors; superiors teach the subordinates with courtesy; subordinates counsel the superiors with humility, modesty, and respect.

4) THE FOURTH RULE: Be respectful equally in the person's presence and absence; do not show respect in front of him/her, then contempt at his/her back. Do not remain indifferent without words of reconciliation when coreligionists engage in rivalry. Do not make public private; do not attend to personal matters and disregard collective ones. Obey the laws. Do not take personally the superiors' instructions and the subordinates' advices. Do not use authority to repress the capabilities of others.

CAO ĐÀI VẤN ĐÁP

LỜI TỰA

Đạo Cao Đài là một tôn giáo mới, được Đức Chí Tôn khai sáng vào đầu thế kỷ XX tại Việt Nam. Với quá trình truyền đạo chỉ hơn bảy mươi năm, nhiều kinh điển, thánh giáo đã được phổ biến khá sâu rộng.

Từ năm Ất Tỵ 1965, Cơ Quan Phổ Thông Giáo Lý Đại Đạo đã được Ơn Trên dìu dắt xương minh Giáo lý Đại Đạo trên nền tảng kinh điển Cao Đài từ thời sơ khai đến nay.

Một trong những thành quả của Cơ Quan là quyển Cao Đài Vấn Đáp này, có mục đích giới thiệu Đạo Cao Đài một cách đơn giản bằng những giải đáp căn bản về nền Đạo.

Quyển sách đã được thông qua Hội Đồng Nghiên Cứu Giáo Lý Cơ Quan sau khi sửa chữa hiệu đính nghiêm túc. Tuy nhiên những ý kiến xây dựng của chư vị sẽ góp phần hoàn chỉnh công trình này hơn nữa.

Mong rằng quyển sách giúp ích được phần nào cho mọi tín hữu đạo tâm trên đường tìm hiểu Đạo Cao Đài.

Đông Chí năm Kỷ Mão, 1999

TM. Ban Thường Vụ

Cơ Quan Phổ Thông Giáo LýĐại Đạo

Hiệp Lý Minh Đạo

CHÍ HÙNG

TIỂU DẪN

Quyển "Cao Đài Vấn Đáp" do Ban Văn Hóa Cơ Quan Phổ Thông Giáo Lý Đại Đạo biên soạn, nhằm giới thiệu tôn giáo Cao Đài một cách ngắn gọn.

Hình thức vấn đáp sẽ giúp độc giả bước đầu nắm được các nội dung quan trọng của đạo Cao Đài gồm:

I.- Sơ lược sử đạo.

II.- Cơ cấu tổ chức.

III.- Mục đích tôn chỉ.

IV.-Nghi lễ và cách thờ phượng.

V.- Giáo lý căn bản

VI.- Cách thức tu hành và giữ đạo của tín đồ.

Dĩ nhiên, bảy mươi hai câu vấn đáp không đủ giới thiệu hết hình thức lẫn nội dung của nền Đạo, nhưng tối thiểu cũng giải đáp được những câu hỏi thường gặp về đạo Cao Đài.

Rất mong nhận được nhiều ý kiến của các bậc đạo tâm thức giả, để quyển sách nhỏ nầy hoàn bị hơn khi tái bản.

Ban Biên Soạn

I. SƠ LƯỢC SỬ ĐẠO

1. Đạo Cao Đài do ai sáng lập?

Đạo Cao Đài do Đức Cao Đài Thượng Đế tức Đức Ngọc Hoàng Thượng Đế mà Thiên Chúa giáo gọi là Đức Chúa Trời,[41] sáng lập tại nước Việt Nam vào đầu thế kỷ XX qua các sự kiện chính yếu sau đây:

- Vào đầu năm 1921, qua phương tiện thông linh bằng cơ bút (giáng cơ), Đức Thượng Đế lần đầu tiên xưng danh là "Cao Đài Tiên Ông Đại Bồ Tát Ma Ha Tát" và chánh thức thâu nhận Ngài Ngô Văn Chiêu làm đệ tử đầu tiên.

- Sau khi các vị Cao Quỳnh Cư, Phạm Công Tắc, Cao Hoài Sang vâng lịnh làm lễ vọng thiên cầu đạo vào ngày mùng 1 - 11 - Ất Sửu (16-12-1925); ngày 19-12-1925 Đức Thượng Đế giáng cơ mừng cho các Ông:

Mừng thay gặp gỡ Đạo Cao Đài

Đêm Lễ Giáng Sinh 24-12-1925, Ngài giáng cơ dạy như sau:

Ngọc Hoàng Thượng Đế Cao Đài Tiên Ông Đại Bồ Tát Ma Ha Tát Giáo Đạo Nam Phương,

Muôn kiếp có Ta nắm chủ quyền,

Vui lòng tu niệm hưởng ân thiên;

Đạo mầu rưới khắp nơi trần thế,

Ngàn tuổi muôn tên giữ trọn biên.[42]

---

[41] Do Thái giáo gọi là Đức Jéhovah; Hồi giáo gọi là Đức Alah.

[42] *Thánh Ngôn Hiệp Tuyển*, q.1, Toà Thánh Tây Ninh ,1973, tr.5, đàn cơ Christmas 1925.

Vậy Đạo Cao Đài do Đức Ngọc Hoàng Thượng Đế tức Đức Cao Đài Tiên Ông Đại Bồ Tát Ma Ha Tát sáng lập.

2. Người đệ tử đầu tiên của Đức Cao Đài là ai?

Như trên đã nói, người đệ tử đầu tiên của Đức Cao Đài là Ngài Ngô Minh Chiêu (thế danh là Ngô Văn Chiêu) vì:

- Vào đầu năm 1920, trong một buổi cầu tiên tại nhà Ngài Ngô ở Tân An (tỉnh Long An ngày nay), có một vị tiên giáng cơ xưng là "Cao Đài Tiên Ông" mà trước đó chưa hề có ai được biết danh hiệu gồm bốn chữ này.

- Vào Trung Thu năm Canh Thân (26.9.1920), tại Hà Tiên, Ngài Ngô được biết danh hiệu "Cao Đài" lần nữa qua các câu thánh thi:

Cao Đài minh nguyệt **Ngô Văn Chiêu,**

Linh lung vạn học thể quang Diêu.[43]

-Và vào đầu năm 1921, Đức Cao Đài chính thức thâu nhận ngài Ngô Văn Chiêu làm đệ tử đầu tiên tại Phú Quốc.

3. Đạo Cao Đài có phải là một tôn giáo chính danh?

Đạo Cao Đài là một tôn giáo chính thức và chính danh.

- Chính thức vì các vị tông đồ đầu tiên đã lập tờ Khai Tịch Đạo gởi đến chính quyền ngày 23 tháng 8 năm Bính Dần (29.9.1926), và tổ chức đại lễ Khai Minh Đại Đạo trước chính quyền và công chúng ngày 15 tháng 10 năm Bính Dần 19.11.1926). Trong lễ này hàng Giáo

---

[43] *Lịch sử Quan Phủ Ngô Văn Chiêu*, Cao Đài Chiếu Minh Vô Vi Tam Thanh, Sài Gòn 1962.

phẩm được tấn phong và thọ lãnh Pháp Chánh Truyền của Đại Đạo Tam Kỳ Phổ Độ.

- Là tôn giáo chính danh vì đạo Cao Đài có đức tin nơi Đức Thượng Đế và các Đấng Thiêng Liêng; có Giáo Hội hoàn chỉnh tại Tòa thánh để điều khiển toàn đạo; có Giáo luật và kinh sách truyền bá tôn chỉ, mục đích, giáo lý Đạo; có Giáo pháp công truyền lẫn tâm truyền; có đông đảo tín đồ và nhiều Thánh thất ở trong nước và nước ngoài.

4. Xin cho biết một số di tích và sự kiện lịch sử quan trọng thời sơ khai của Đạo Cao Đài?

4.1. <u>Dương Đông Phú Quốc</u>: là nơi Đức Ngô Minh Chiêu được Đức Cao Đài Thượng Đế thâu nhận làm người đệ tử đầu tiên tại Quan Âm Tự vào mùng 1 Tết Tân Dậu (08.2.1921) và được nhận lãnh dấu hiệu Thiên Nhãn lần đầu tiên vào ngày 13.3 năm Tân Dậu (20.4.1921) để làm biểu tượng thờ phượng trong Đạo Cao Đài từ ấy đến nay.

4.2. <u>Vĩnh Nguyên Tự</u>: tại quận Cần Giuộc tỉnh Long An, vốn là ngôi chùa đạo Minh Đường do Ngài Thái Lão Sư Lê Đạo Long thành lập. Ngày 4.3.1926 chư vị Tiền Khai Đại Đạo được lịnh Ơn Trên đến đây lập đàn cầu cơ để Ngài Lê Đạo Long (đắc quả Như Ý Đạo Thoàn Chơn Nhơn) giáng dạy các đệ tử của Ngài qui nhập Đạo Cao Đài. Đức Chí Tôn đã dùng nơi này thâu nhận những sứ đồ trung kiên làm nồng cốt, ban phong Thiên Sắc để nhận lãnh công việc khai đạo truyền bá giáo lý trong Tam Kỳ Phổ Độ.

Nơi đây cũng là nơi Đức Chí Tôn cho lập ra các kinh điển luật pháp Đạo trong buổi sơ khai.

4.3. <u>Sự kiện lập tờ Khai Tịch Đạo</u>: Được lịnh dạy, ngày 23.8 Bính Dần (29.9.1926) chư vị Tiền Khai Đại Đạo hội họp với trên 200 tín đồ tại nhà ông Nguyễn Văn Tường ở hẻm số 237 bis đường Galliéni Saigon (nay là đường Trần

Hưng Đạo, Quận I) để lập tờ Khai Tịch Đạo gởi đến chính quyền đương thời.

Về sau, từ 1938 hằng năm Thánh Thất Cầu Kho làm Lễ Kỷ niệm ngày Khai Tịch Đạo và đến nay Nam Thành Thánh Thất (số 124 – 126 đường Nguyễn Cư Trinh, Quận I, thành phố Hồ Chí Minh) tiếp nối truyền thống đó, tổ chức lễ kỷ niệm vào ngày 23.8 âm lịch.

4.4. <u>Thiền Lâm Tự</u> (Từ Lâm Tự) tại Gò Kén (nay thuộc xã Long Thành Trung, huyện Hòa Thành, tỉnh Tây Ninh). Đức Chí Tôn đã dùng nơi này Khai Minh Đại Đạo vào ngày Rằm tháng 10 Bính Dần (1926) trước quốc dân bá tánh. Đến năm 1927, Hội Thánh xây dựng Thánh Thất cũng tại làng Long Thành, trở nên Tòa Thánh Tây Ninh ngày nay Thánh ngôn Đức Chí Tôn vào tháng 7 năm 1926 như sau:

Ngọc Hoàng Thượng Đế viết Cao Đài Giáo Đạo Nam Phương,

"Các con nghe Thầy dạy:

Nơi nào Thầy ngự thì nơi ấy là Thánh địa.... Vậy thì là làng Long Thành, các con khá an lòng...

Các con phải chung hiệp nhau mà lo cho hoàn toàn Tòa Thánh, chi chi cũng tại Tây Ninh nầy mà thôi.[44]

5. Đền Thánh Tòa Thánh Tây Ninh được xây cất từ năm nào và do ai chủ trì?

Ban đầu Đền Thánh Tòa Thánh Tây Ninh được cất đơn sơ bằng tranh từ năm 1927; năm 1932 khởi sự đào móng, xây

---

[44] *Thánh Ngôn Hiệp Tuyển*, q.1, Toà Thánh Tây Ninh, 1973, tr.98, đàn cơ tháng 2 năm 1927.

dựng qua nhiều giai đoạn đến năm 1953 mới hoàn thành mỹ mãn.

Những vị chức sắc đầu tiên của Hội Thánh như các Ngài: Phạm Công Tắc, Cao Quỳnh Cư, Nguyễn Ngọc Thơ, Nguyễn Ngọc Tương ... đều có công lớn trong việc chỉ đạo khai phá đất, rừng và kiến trúc Tòa Thánh.

Ngoài ra do nguyên tắc hành đạo của Đạo Cao Đài là "Thiên nhơn hiệp nhứt" nên công cuộc xây dựng Tòa Thánh hẳn nhiên có sự phối hợp của nhơn tâm cùng Thiên ý.

6. Xin cho biết ý nghĩa danh xưng Đại Đạo Tam Kỳ Phổ Độ?

Đại Đạo: là nguyên lý chung của mọi tôn giáo, là đường lối chung nhứt mà tôn giáo nào cũng theo đuổi để cải thiện xã hội và giải thoát tâm linh.

Tam Kỳ Phổ Độ: độ khắp nhân sanh kỳ thứ ba, tương ứng với thời đại ngày nay (kỳ thứ nhứt vào thời Thương cổ có các đấng Phục Hi, Moise... ra đời. Kỳ thứ hai có các đấng Thích Ca, Lão Tử, Khổng Tử, Jesus Christ, Mohamet ra đời để phổ độ nhân loại).

Đại Đạo Tam Kỳ Phổ Độ là Đạo của Đức Thượng Đế lập ra trong thời kỳ phổ độ thứ ba trên tinh thần "Tam giáo qui nguyên, Vạn giáo nhứt lý" để dìu dắt loài người sống có đạo đức, biết hướng thượng và sau cùng biết tu luyện đến mức giác ngộ hoàn toàn, hiệp một được với Đức Thượng Đế.

Đạo mở kỳ ba là kỳ sau cùng, kết thúc một đại chu kỳ của vũ trụ nên có mục đích đại đồng giải thoát, tận độ chúng sanh và người giác ngộ được đại ân xá.

Đại Đạo Tam Kỳ Phổ Độ được gọi tắt là Đạo Cao Đài.

7. Ý nghĩa của hai chữ Cao Đài?

- Cao Đài nghĩa đen là cái đài, cái tháp cao, ám chỉ đỉnh cao nhứt của vũ trụ, là đích tiến hóa sau cùng của chúng sanh.

- Cao Đài là tá danh của Đức Thượng Đế khi mở Đạo kỳ thứ ba này, nhằm nêu lên thiên ý là Đấng Tối Cao đang đến dìu dắt nhân loại quay trở về nguồn cội cao nhứt của mình chính là Thượng Đế.

- Cao Đài cũng chính là chỗ cao nhứt trong tâm linh con người, đạo pháp gọi là Nê hườn cung trong não bộ. Đạt đến nơi đó con người có thể thông công, hiệp nhứt được với Thượng Đế là Cao Đài của vũ trụ.

Mở đầu Thánh Ngôn Hiệp Tuyển, quyển sách sưu tập những bài thánh ngôn trong thời kỳ sơ khai của đạo Cao Đài, sẽ thấy ngay hồng danh này:

NGỌC HOÀNG THƯỢNG ĐẾ viết CAO ĐÀI TIÊN ÔNG ĐẠI BỒ TÁT MA HA TÁT Giáo Đạo Nam Phương[45]

Cũng trong Thánh Ngôn Hiệp Tuyển, vào ngày 26.4 Bính Dần (8.6.1926) có bài Thánh ngôn bằng Pháp văn xưng danh như sau:

Cao Đài, Le Très Haut. (Cao Đài, Đấng Tối Cao)[46]

Ngày 28.10.1926 cũng viết: *Dieu Tout Puissant qui vient sous le nom de Cao Đài.*

(Thượng Đế toàn năng đến dưới danh hiệu Cao Đài).[47]

---

[45] *Thánh Ngôn Hiệp Tuyển*, q.1, Toà Thánh Tây Ninh ,1973, tr.5, đàn cơ Christmas 1925.

[46] *Thánh Ngôn Hiệp Tuyển,* q.1, Toà Thánh Tây Ninh, 1973, p.23, đàn cơ ngày 26 tháng 4 năm Bính Dần (Thứ Ba 8.6.1926).

[47] *Thánh Ngôn Hiệp Tuyển*, q.1, Toà Thánh Tây Ninh, 1973, tr.55, đàn cơ ngày 18 tháng 9 năm Bính Dần (Thứ Ba 26.10.1926).

Qua cách xưng danh như trên, Đức "Cao Đài" xác nhận chính Ngài là Đức Ngọc Hoàng Thượng Đế trên Thiên Đình.

Giáo lý Cao Đài còn giải thích danh hiệu "Cao Đài Tiên Ông Đại BồTát Ma Ha Tát" là tiêu biểu cho tôn chỉ "Tam giáo qui nguyên" của Đại Đạo Tam Kỳ Phổ Độ:

<u>Cao Đài</u> chỉ Đạo Nho

<u>Tiên Ông</u> chỉ Đạo Tiên

<u>Đại Bồ Tát</u> Ma Ha Tát chỉ Đạo Phật

8. Đạo Cao Đài có bao nhiêu Phái?

Theo diễn tiến của sử đạo, Đạo Cao Đài phát triển thành các phái sau:

8.1. <u>Phái Tây Ninh</u>: Thật ra đây là Hội Thánh Cao Đài đầu tiên được thành lập vào Đại lễ Khai Minh Đại Đạo   Rằm tháng 10 năm Bính Dần (19.11.1926) đồng thời với sự ban bố Pháp Chánh Truyền (Hiến Pháp Đạo) của Đức Cao Đài Thượng Đế. Phái Tây Ninh lập Tòa Thánh tại làng Long Thành, quận Phú Khương, tỉnh Tây Ninh. Ngài Thượng Đầu Sư Thượng Trung Nhựt (Lê Văn Trung) thọ lệnh Chưởng Quản Tòa Thánh Tây Ninh từ ngày 15.4.1928 và được ban quyền "Quyền Giáo Tông về phần xác" bởi Đạo Nghị Định thứ nhì, ngày 3.10. Canh Ngọ (1930). Địa chỉ hiện nay: thị trấn Hòa thành, H. Hòa thành, tỉnh Tây Ninh.

8.2. <u>Phái Minh Chơn Lý</u> do Ngài Phối Sư Thái Ca Thanh lãnh đạo, lập nên Hội Thánh Định Tường tại Cầu Vỹ, Mỹ Tho (Tiền Giang) năm 1930. Sau khi thành lập, phái này đã thay đổi cách thờ phượng và sử dụng một số bài kinh riêng. Hiện nay Hội thánh có tên Hội thánh Cao Đài Chơn Lý, địa chỉ: Ấp Mỹ an, xã Mỹ phong, TP. Mỹ tho (Tiền Giang).

8.3. <u>Phái Tiên Thiên</u>. Phái Tiên Thiên do một Hội Thánh gồm Thất thánh do Đức Chí Tôn sắc phong ngày 13.8. Đinh Mão (1927) tại Thánh tịnh Thiên Thai (Đồng Tháp):[48]

-Thái Chưởng Pháp Phan Văn Tòng

-Thượng Chưởng Pháp Lê Kim Ty

-Thượng Chưởng Pháp Nguyễn Hữu Chính

-Ngọc Chưởng Pháp Nguyễn Thế Hiển

-Đầu Sư Trần Lợi Thái

-Thượng Đầu Sư Nguyễn Bửu Tài

-Thượng Đầu Sư Nguyễn Tấn Hoài

và Thất hiền (bảy Vị Phối sư) lãnh đạo, lập nên Hội Thánh Tiên Thiên Đại Đạo Tam Kỳ Phổ Độ gọi tắt là Hội Thánh Tiên Thiên. Tòa Thánh trung ương hiện nay đặt tại xã Tiên thủy, huyện Châu thành, tỉnh Bến Tre tức là Tòa Thánh Châu Minh.

8.4. <u>Phái Minh Chơn Đạo</u> do Ngài Ngọc Chưởng Pháp Trần Đạo Quang hợp tác với các vị Cao Triều Phát, Phan Văn Thiệu thành lập tại Giồng Bốm - Bạc Liêu (năm 1932). Tòa Thánh đặt tại Thánh Thất Hậu Giang gọi là Tòa Thánh Ngọc Sắc, địa chỉ hiện nay : Ấp Xóm sỡ, xã Hồ Thị Kỷ, huyện Thới bình, tỉnh Cà Mau.

8.5. <u>Phái Ban Chỉnh Đạo</u> do Ngài Quyền Thượng Đầu Sư Nguyễn NgọcTương hợp tác với Ngài Quyền Ngọc Đầu Sư Lê Bá Trang thành lập năm 1934 tại Thánh Thất An Hội đường Trương Định, khu phố 6 thị xã Bến Tre.

8.6. <u>Phái Bạch Y Liên Đoàn</u> <u>Chơn Lý</u>: Tòa thánh Ngọc Kinh đặt tại Thánh thất Mông Thọ tỉnh Kiên Giang

---

[48] *Theo Lược sử Đạo Cao Đài Tiên Thiên Đại Đạo Tam Kỳ Phổ Độ - Ban Tín Sử.*

do quý Ngài Trương Minh Tòng và Tô Bửu Tài lập ra năm 1936. Ngài Tô Bửu Tài được thiên phong Ngọc Đầu Sư Chưởng Quản Hội Thánh Bạch Y. Địa chỉ hiện nay: Ấp Hòa An, xã Mông Thọ B, huyện Châu thành, tỉnh Kiên Giang.

8.7. <u>Phái Truyền Giáo Cao Đài</u> tại Trung Hưng Bửu Tòa, số 63 đường Hải Phòng, thị xã Đà Nẵng do giới hướng đạo miền Trung thành lập ngày mồng 1 tháng 6 năm Bính Thân (8-7-1956), Ngài Phối Sư Huệ Lương (Trần Văn Quế) là Chủ Trưởng Hội Thánh.

8.8. <u>Phái Cao Đài Cầu Kho Tam Quan</u>: Khoảng năm 1927 hai vị Nguyễn Hữu Phương và Nguyễn Hữu Hào từ Bình Định vào Sài Gòn nhập môn tại Thánh Thất Cầu Kho rồi về hợp tác xây Thánh thất Cao Đài tại nhà ông Phan Bồi ở Hoài Nhơn – Bình Định. Đến Rằm tháng hai Mậu Dần (1938) làm lễ Hoát Khai lập Thánh Thất Trung Ương cũng tại xã Tam quan, huyện Hoài Nhơn, tỉnh Bình Định.

Năm 1959 tổ chức Hội Thánh Trung Ương Trung Việt Tam Quan (Bình Định).

Danh hiệu sau cùng là Hội Thánh Cao Đài Cầu Kho Tam Quan.

8.9. <u>Phái Chiếu Minh</u>: Phái này không lập Thánh Thất hay Tòa Thánh, chỉ tu tịnh theo tâm pháp vô vi do Ngài Ngô Minh Chiêu truyền dạy cho một số đệ tử lúc sanh tiền từ giữa năm Bính Dần (1926). [Sau khi Ngài tu luyện theo sự dìu dắt của Đức Cao Đài từ năm 1921 tại Phú Quốc].

Ngoài ra, sau khi Ngài Ngô Minh Chiêu đăng thiên (13-3-Nhâm Thân tức 18-4-1932), các đệ tử của Ngài đã lập Tổ Đình Chiếu Minh (Thánh Đức Tổ Đình Chiếu Minh Tam Thanh) tại số 264 đường 30 tháng 4 thị xã Cần Thơ. Nơi này được xem là tiêu biểu cho truyền thống tu luyện đạo pháp tâm truyền của Ngài Ngô, tức "phái" Chiếu Minh đạo Cao Đài.

8.10. <u>Phái Cao Đài Chiếu Minh Long Châu</u> thành lập Hội Thánh năm 1956 do ông Nguyễn Văn Tự thánh danh Thiên Huyền Tâm làm Chưởng quản Cửu Trùng Đài, ông Lê Hữu Lộc thánh danh Ngọc Minh Khai làm Chơn sư Hiệp Thiên Đài , bà Từ Lý, Hội trưởng nữ phái. Tòa Thánh Long Châu tọa lạc tại xã Tân PhúThạnh, huyện Châu Thành A, tỉnh Cần Thơ tập hợp trên 20 Thánh tịnh. Phái Cao Đài Chiếu Minh Long Châu chủ trương vừa tu phổ độ vừa theo tuyển độ.

9. Cơ Quan phổ Thông Giáo Lý Đại Đạo có phải là một Chi Phái?

Cơ Quan Phổ Thông Giáo Lý chính thức khai mạc văn phòng vào ngày Rằm tháng Giêng năm Aát Ty (15.2.1965) , trụ sở hiện nay số 171B Cống Quỳnh, Quận I, Thành phố Hồ Chí Minh, được Ơn Trên giao sứ mạng thống nhứt tinh thần cơ đạo trên cơ sở một nền giáo lý Đại Đạo thuần nhất.

Về tổ chức, Cơ Quan không lập Hội Thánh hay Ban Cai Quản, không thâu nhận tín đồ mà chỉ có Ban Thường Vụ và một số nhân viên làm việc trong các Ban trực thuộc.

Tôn chỉ mục đích của Cơ Quan Phổ Thông Giáo Lý thể hiện đầy đủ trong Huấn từ của Đức Chí Tôn:

> *"Cơ Quan Phổ Thông Giáo Lý không phải là một Chi phái, cũng không phải của một cá nhân nào hay một đoàn thể nào, mà phải là của toàn đạo, một nhịp cầu nối liền tình huynh đệ, một điện đài thâu và phát những động năng thúc đẩy cho sự thống nhứt giáo lý, tức là tinh thần vậy, để các con sẽ gặp nhau, qui nguyên ở vị trí duy*

nhứt, tri và hành theo chánh pháp của Đại Đạo"[49]

10. Giữa các Phái đạo Cao Đài có những điểm đồng tương đồng và đổi khác nào?

* Tương đồng:

- Cùng có một đức tin nơi Đức Cao Đài Thượng Đế lâm phàm khai

đạo cứu độ nhân loại kỳ ba trong thời Hạ nguơn mạt kiếp.

- Cùng niệm một danh hiệu của Đức Thượng Đế:"Nam Mô Cao Đài Tiên Ông Đại Bồ Tát Ma Ha Tát".

- Thờ Thượng Đế với Thánh tượng Thiên Nhãn, thờ Tam Giáo Đạo Tổ, Tam Trấn Oai Nghiêm và các Đấng tiêu biểu cho Ngũ Chi.

- Cùng tuân theo Pháp Chánh Truyền và Tân Luật.

- Đồng đứng dưới danh nghĩa Đại Đạo Tam Kỳ Phổ Độ, theo cùng một tôn chỉ và mục đích của Đại Đạo.

- Đều có quá trình được các Đấng Thiêng Liêng dìu dắt qua cơ bút.

- Cùng sử dụng đạo kỳ như nhau.

- Tín đồ mặc đạo phục như nhau: tất cả mặc áo dài trắng; nam phái có chích khăn đen (quốc phục Việt Nam).

- Đều có phần nội giáo và phần ngoại giáo.

* Một vài thay đổi về hình thức:

- Các lễ phục.

- Và một số thay đổi về kinh cúng thời (dâng tam bửu), kinh tang lễ.

---

[49] Thiên Lý Đàn, ngày 14 tháng 1 năm Ất Tỵ (15.2.1965).

- Phái Chiếu Minh Vô Vi không có Giáo Hội thuộc cơ công truyền, chỉ chuyên tịnh luyện theo pháp môn do Ngài Ngô Minh Chiêu truyền lại và dìu dắt.

11. Những vị đệ tử đầu tiên của Đức Cao Đài là ai?

Những vị nầy gồm:

11.1. Ngài Ngô Văn Chiêu, được Đức Cao Đài nhận làm đệ tử ngày mùng 1 tháng Giêng năm Tân Dậu (08-02-1921) tại Phú Quốc. Đạo danh là Ngô Minh Chiêu.

Đây là vị đệ tử đầu tiên được đặc ân thọ pháp tu luyện trực tiếp với Đức Cao Đài qua cơ bút.

Ngài truyền đạo lại cho các đệ tử chuyên tâm tu luyện, lập thành "Phái" Chiếu Minh Vô Vi Tam Thanh.

Ngài đăng thiên vào ngày 13 tháng 3 năm Nhâm Thân (19-4-1932)

11.2. Ngài Lê Văn Trung (1875-1934) được Đức Cao Đài hóa độ ngày mùng 5-12-Ất Sửu (18-1-1926) và thọ phong Đầu Sư Thượng Trung Nhựt ngày 15 tháng 3 Bính Dần (26-4-1926) thăng lên Quyền Giáo Tông tại Tòa Thánh Tây Ninh vào ngày 30-10 Canh Ngọ (1930) đứng đầu Cửu Trùng Đài Tòa Thánh Tây Ninh. Đăng thiên ngày 13 tháng 10 năm Giáp Tuất (19-11-1934).

11.3. Ngài Phạm Công Tắc (1890-1959) được thâu nhận làm đệ tử Đức Cao Đài vào ngày mùng 9 tháng 11 năm Aát Sửu (24-12-1925) và thọ phong Hộ Pháp ngày 15 tháng 3 Bính Dần (26-4-1926), đứng đầu Hiệp Thiên Đài Tòa Thánh Tây Ninh.

Đăng thiên ngày 10-4 Kỷ Hợi (17-5-1959) tại Phnom-Penh, Campuchia.

11.4. <u>Ngài Cao Quỳnh Cư</u> (1888-1929) được thu nhận làm đệ tử Đức Cao Đài vào ngày mùng 9-11 Ất Sửu (24-12-1925) thọ phong Thượng Phẩm trong Hiệp Thiên Đài Tòa Thánh Tây Ninh ngày 15 tháng 3 năm Bính Dần (26-4-1926). Đăng thiên ngày 1-3 Kỷ Tỵ (10-4-1929)

11.5. <u>Ngài Cao Hoài Sang</u> (1901-1971) được thu nhận làm đệ tử Đức Cao Đài vào ngày mùng 9-11 Ất Sửu (24-12-1926),[50] thọ phong Thượng Sanh trong Hiệp Thiên Đài Tòa Thánh Tây Ninh ngày 15 tháng 3 năm Bính Dần (26-4-1926). Đăng thiên ngày 26-3 Tân Hợi (24-4-1971).

11.6. <u>Ngài Vương Quan Kỳ</u> (1880-1939) ngộ đạo nhờ sự hướng dẫn của Ngài Ngô Minh Chiêu, thượng Thánh tượng Thiên Nhãn do Đức Ngô vẽ, thờ tại nhà vào năm 1924 (nhưng không thọ pháp tịnh luyện). Ông Kỳ là mối liên lạc giữa Đức Ngô với nhóm phổ độ gồm các vị Phạm Công Tắc, Cao Hoài Sang, Cao Quỳnh Cư, Đoàn Văn Bản, Nguyễn Văn Hoài, Võ Văn Sang, Lê Văn Trung.

11.7. <u>Ngài Nguyễn Ngọc Tương</u> (1881-1951) nguyên là chủ quận Cần Giuộc, từng tu theo đạo Minh Sư, được các vị Lê Văn Trung, Phạm Công Tắc, Cao Quỳnh Cư xuống Cần Giuộc độ dẫn nhập môn vào Đạo Cao Đài. Ngày 17-5-Bính Dần (1926) Ngài được Ơn Trên ban phẩm Phối Sư phái Thượng, thánh danh là Thượng Tương Thanh, đến 03-7-Bính Dần Ngài được thăng Thượng Chánh Phối Sư tại

---

[50] Các Ngài Phạm Công Tắc, Cao Quỳnh Cư, Cao Hoài Sang được Đức AĂÂ giáng điển dạy làm lễ "vọng thiên cầu đạo" vào đêm mùng 1 tháng 11 Ất Sửu (16.12.1925). Đến đêm lễ Giáng sinh (Noel) 24.12.1925 (09.11. Ất Sửu) lần đầu tiên tam vị được nghinh tiếp Đức Cao Đài với hồng danh đầy đủ của Ngài là: *"Ngọc Hoàng Thượng Đế viết Cao Đài Tiên Ông Đại Bồ Tát Ma Ha Tát Giáo Đạo Nam Phương"* và gọi tam vị là " *ba đệ tử* ".

Vĩnh Nguyên Tự. Vào năm 1930, Ngài tuân lệnh Đức Chí Tôn phế đời về hành đạo tại Tòa Thánh Tây Ninh.

11.8. <u>Ngài Lê Văn Lịch</u> (1890-1947), nguyên trụ trì Vĩnh Nguyên Tự tại xã Long an, H.Cần Giuộc, tỉnh Long an (do thân phụ Ngài là Thái Lão Sư Lê Đạo Long tu theo chi Minh Đường sáng lập).

Vào đầu năm Bính Dần (1926) chư vị Phạm Công Tắc, Cao Quỳnh Cư, Cao Hoài Sang, Nguyễn Ngọc Tương đến Vĩnh Nguyên Tự xin lập đàn cơ, được Đức Thái Lão Sư Lê Đạo Long (đã liễu đạo đắc vị Như Ý Đạo Thoàn Chơn Nhơn) giáng điển dạy Ngài Lê Văn Lịch và thân quyến nhập môn Cao Đài. Đến ngày Thiên phong 15-3-Bính Dần Ngài được Đức Chí Tôn ban ân thọ Thiên phong Đầu Sư phái Ngọc thánh danh Ngọc Lịch Nguyệt.

11.9. <u>Ngài Trương Hữu Đức</u> (1890-1976) thọ Thiên phong Tiên Đạo Phò Cơ Đạo Sĩ ngày 15-3 Bính Dần (26-4-1926).

Ngày 12-1 Đinh Mão (13-2-1927) Ngài thọ Thiên phong Hiến Pháp (thuộc Hiệp Thiên Đài). Năm 1955, Ngài bán hết sản nghiệp về Tòa Thánh chuyên lo hành đạo.

Ngày 21-5 Tân Hợi (1971) Ngài đắc phong quyền Chưởng Quản Hiệp Thiên Đài Tòa Thánh Tây Ninh.

Ngài Trương Hữu Đức đăng tiên vào ngày 15-12 Ất Mão (15-1-1976) thọ 87 tuổi.

11.10. <u>Ngài Lý Trọng Quí</u> (Hồ Vinh Quí) (1872 - 1945)

11.11. <u>Ngài Lê Văn Giảng</u> (1883 - 1932)

11.12. <u>Ngài Võ Văn Sang</u>, tức Phán Sang.

11.13. <u>Ngài Nguyễn Văn Hoài</u>, tức Phán Hoài.

11.14. <u>Ngài Nguyễn Trung Hậu</u> (1892 - 1961) được Đức Cao Đài hóa độ vào cuối năm 1925, Rằm tháng 3 Bính Dần (26-4-1926) Ngài Nguyễn Trung Hậu thọ Thiên phong : Tiên Đạo Phò Cơ Đạo Sĩ. Đến ngày 12-1 Đinh Mão (13-2-1927) Ngài được Đức Chí Tôn ân phong Bảo Pháp (Hiệp Thiên Đài).

Ngài từng làm chủ bút tạp chí "La Renue Caodaiste" (1930-1931), và nguyệt san "Đại Đồng" của Liên Hòa Tổng Hội (1932).

Năm 1957, Ngài làm Giám đốc Hạnh Đường mở các khóa dạy Lễ Sanh, Giáo Hữu tại Tòa Thánh Tây Ninh.

Ngài đăng tiên ngày 7-9 Tân Sửu (16-10-1961) tại tư gia. Di thể được cải táng về Tòa Thánh Tây Ninh ngày 7-9 Giáp Dần (21-10-1974)

11.15. <u>Ngài Đoàn Văn Bản</u>: Ngài nguyên là đốc học (hiệu trưởng) trường tiểu học Cầu Kho (nay là trường trung học phổ thông Trần Hưng Đạo ở đường Trần Hưng Đạo, Quận I, Tp. HCM), được Ngài Vương Quan Kỳ mời hầu đàn cơ và ngộ đạo. Sau đó do lời khuyên của vị này, Ngài đã hiến tư gia làm nơi lập đàn cầu cơ (vào cuối năm 1925). Từ đó nơi này trở thành Thánh thất Cầu Kho.[51]

---

[51] Vào đêm giao thừa 1.1 Bính Dần, Đức Cao Đài có ban một bài thơ điểm chư vị môn đồ đầu tiên vào thời điểm đó như sau:

Chiêu, Kỳ, Trung độ dẫn *Hoài* sanh,

Bản đạo khai *Sang, Quí, Giảng,* thành;

Hậu, Đức, Tắc, Cư thiên địa cảnh,

Quờn Minh Mân đáo thủ đài danh.

II. TỔ CHỨC ĐẠO CAO ĐÀI

12. Pháp Chánh Truyền là gì?

Pháp Chánh Truyền là bản thánh huấn của Đức Thượng Đế giáng cơ ban bố trong đại lễ Khai Minh Đại Đạo vào ngày 16-10-Bính Dần (20-11-1926) tại Từ Lâm Tự (Thiền Lâm Tự) tức chùa Gò Kén tỉnh Tây Ninh. Pháp Chánh Truyền qui định các cấp chức sắc lãnh đạo Hội Thánh Đại Đạo Tam Kỳ Phổ Độ cùng với nhiệm vụ, quyền hạn và nguyên tắc công cử từng cấp. Pháp Chánh Truyền mang tính Hiến pháp của Đạo, định ra cơ chế lập luật, thi hành luật, đường lối lãnh đạo và quản trị tín đồ.

13. Tân luật là gì?

Tân luật là bộ luật đạo do chư vị Tiền Khai Đại Đạo vâng lịnh Thiêng Liêng dựa theo Thánh ngôn của Đức Chí Tôn và các luật tôn giáo xưa mà soạn ra, và được Ơn Trên giáng cơ phê chuẩn. Tân luật được ban hành năm 1927.

Nội dung Tân Luật gồm ba phần chánh:

- Phần Đạo Pháp

- Phần Thế Luật

- Phần Tịnh Thất

a. Phần Đạo Pháp tức cơ chế tổ chức Đạo: qui giới, cách giáo huấn và kỷ luật đạo. Phần này gồm có tám chương, 32 điều trong đó chương I "Về chức sắc cai trị trong đạo" hoàn toàn dựa theo Pháp Chánh Truyền, chỉ diễn giải thêm chút ít.

b. Phần Thế Luật qui định những đức tính của người tín đồ và các luật liên quan đến cuộc sống ở đời như kết hôn, tang tế, tương trợ, sinh kế, giáo dục con cái... Thế luật có 24 điều.

c. <u>Phần Tịnh Thất</u> qui định các điều kiện để tín đồ được vào nhà tịnh học và hành phép nhập tịnh tham thiền. Phần này cũng qui định các nguyên tắc sinh hoạt của tịnh viên trong tịnh thất nhằm giữ cho thân tâm an định và tu học tinh tấn. Tịnh thất có tám điều.

14. Cơ cấu tổ chức căn bản của Đạo Cao Đài như thế nào?

Cơ cấu của Đạo Cao Đài gồm:

- <u>Bát Quái Đài</u>: Phần vô hình của Đạo

- <u>Hiệp Thiên Đài</u>: Phần bán vô hình, bán hữu hình của Đạo.

- <u>Cửu Trùng Đài</u>: Phần hình thể của Đạo

Cả ba Đài hiệp thành Thánh Thể của Đức Chí Tôn. Pháp Chánh Truyền và Tân Luật qui định tổ chức Đạo Cao Đài.

15. Quyền năng của Bát Quái Đài?

Bát Quái Đài nắm quyền siêu rỗi do Đức Chí Tôn điều ngự với sự phò tá của các Đấng Phật, Tiên, Thánh, Thần. Cơ cấu chưởng quản là các Đấng Tam Giáo Đạo Tổ (Đức Thích Ca Như Lai, Đức Lão Tử, Đức Khổng Tử); các Đấng Tam Trấn (Đức Đại Tiên Trưởng Thái Bạch Kim Tinh, Đức Quán Thế Âm Bồ Tát, Đức Quan Thánh Đế Quân); Đức Gia Tô Giáo Chủ và Đức Khương Thái Công.

Trong Đại Đạo Tam Kỳ Phổ Độ, Bát Quái Đài là phần Thiên, điều khiển cơ cứu độ Kỳ ba bằng thể Thiên Nhơn Hiệp Nhứt cùng với Cửu Trùng Đài và Hiệp Thiên Đài.

16. Cửu Trùng Đài được tổ chức ra sao, có chức năng gì?

Cửu Trùng Đài là tổ chức hữu hình của Đạo, từ trên xuống dưới gồm 9 phẩm:

1- GIÁO TÔNG: 1 vị

2- CHƯỞNG PHÁP: 3 vị

3- ĐẦU SƯ: 3 vị

4- PHỐI SƯ: 36 vị

(trong đó có 3 vị Chánh Phối Sư)

5- GIÁO SƯ: 72 vị

6- GIÁO HỮU: 3.000 vị

7- LỄ SANH: Vô số

8- CHỨC VIỆC (Chánh trị sự, Phó trị sự, Thông sự): Vô số

9- TÍN ĐỒ: Vô số

Các phẩm Giáo Tông, Chưởng Pháp, Đầu Sư vừa có quyền lập pháp, vừa có quyền hành pháp. Từ phẩm Phối Sư trở xuống chỉ có quyền hành chánh.

Cửu Trùng Đài Nữ Phái chỉ có từ phẩm Đầu Sư trở xuống.

(Xin xem thêm chức năng Cửu Trùng Đài ghi nơi Pháp Chánh Truyền Cửu Trùng Đài.)

17. Hiệp Thiên Đài được tổ chức ra sao, có chức năng gì?

Hiệp Thiên Đài có 2 chức năng:

1. Thông công giữa Bát Quái Đài và Cửu Trùng Đài.

2. Bảo vệ pháp luật Đạo

Hiệp Thiên Đài gồm:

HỘ PHÁP đứng đầu Hiệp Thiên Đài, hữu có Thượng Phẩm, tả có Thượng Sanh. Ba vị lãnh đạo các chi Pháp, chi Đạo, chi Thế:

Thượng Phẩm	Hộ Pháp	Thượng Sanh
Bảo Đạo	Bảo Pháp	Bảo Thế
Hiến Đạo	Hiến Pháp	Hiến Thế
Khai Đạo	Khai Pháp	Khai Thế
Tiếp Đạo	Tiếp Pháp	Tiếp Thế

Ngoài ra còn có Thập Nhị Bảo Quân (Hàn Lâm Viện của Đạo) và Hội Thánh Phước Thiện, Bộ Pháp Chánh, Ban Thế Đạo. Xin xem phần chức năng Hiệp Thiên Đài ghi ở Pháp Chánh Truyền Hiệp Thiên Đài.

18. Tổ chức Hành chánh của Đạo Cao Đài ra sao?

Cấp Trung ương: gồm Cửu Viện:

Học Viện, Y Viện, Nông Viện

Hộ Viện, Lương Viện, Công Viện

Lại Viện, Lễ Viện, Hòa Viện.

Cấp Địa phương:

- Nhiều Tỉnh: Trấn Đạo (Giáo Sư cai quản)

- Tỉnh: Châu Đạo (Giáo Hữu cai quản)

- Quận: Tộc Đạo (Lễ Sanh cai quản)

- Xã: Hương Đạo (Chánh Trị Sự, Phó Trị Sự, Thông Sự cai quản)

19. Họ đạo là gì?

Theo Tân luật, điều 16 và 17: Nơi nào có đông tín đồ, được chừng 500 tín đồ trở lên, thì được lập riêng một Họ, đặt riêng một Thánh thất, có một chức sắc làm đầu cai trị. Sự lập Họ phải có phép của Đức Giáo Tông và phải do nơi quyền Người. Chức sắc làm Đầu Họ Đạo ở phẩm Lễ sanh, do Hội thánh bổ nhiệm.

20. Ban Cai Quản của một Thánh Thất được tổ chức ra sao?

Ban Cai Quản quản trị Thánh Thất và điều hành mọi đạo sự thuộc Thánh Thất.

Ban Cai Quản được họ Đạo tại Thánh Thất công cử, thường có nhiệm kỳ 2 năm. Thành phần gồm có:

- 1 Chánh Hội Trưởng (Chánh Cai Quản)

- 1 Phó Hội Trưởng (Phó Cai Quản)

- 1 Từ Hàng (Thư Ký)

- 1 Phó Từ Hàng

- 1 Thủ bổn (Thủ quỷ) (Hộ Vụ)

- 1 Phó Thủ bổn

- 2 vị kiểm soát viên

Cộng chung có 8 vị.

Trực thuộc Ban Cai Quản còn có các Tiểu Ban được tổ chức theo nhu cầu đạo sự mỗi nơi, như:

- Ban Liên giao (đối ngoại)

- Ban Tạo tác (xây dựng, sửa chữa)

- Ban Trù phòng (nhà bếp)

- Ban Lễ viện hay Lễ vụ (nghi lễ)

- Ban Phổ huấn (giáo dục về giáo lý)

- Ban Nông viện hay Nông vụ (sản xuất ngũ cốc)

- Ban Công viện hay Công vụ (hoạt động công nghiệp)

- Ban Phước thiện (y tế, xã hội, tương trợ)

- Ban Học viện (tổ chức các lớp học đạo)

21. Ban Trị Sự là gì?

Ban Trị Sự là các chức việc hành chánh hương đạo thi hành nhiệm vụ theo hệ thống hành chánh từ Hội Thánh xuống do Đức Giáo Tông thiết lập. Ban Trị Sự gồm: một Chánh Trị Sự, một Phó Trị Sự, một Thông Sự nam và một Thông sự nữ.

- <u>Chánh Trị Sự</u>: Chánh trị sự cai quản hương đạo (xã đạo hay thiên bàn) trong hệ thống hành chánh đạo được Đức Lý Giáo Tông thành lập.

Thánh ngôn Đức Giáo Tông:

> *"Chánh Trị Sự là người thay mặt cho Lão (Đức Giáo Tông) làm Anh Cả của tín đồ trong địa phương của họ".*

> *"Chánh trị sự chăm nom giúp đỡ sự sinh hoạt của chư môn đệ của Thầy đã chịu dưới quyền người điều khiển, giúp khó, trợ nghèo, coi cả tín đồ như anh em ruột. Chánh Trị Sự là Đầu Sư em".*

- <u>Phó Trị Sự</u>: Phó Trị sự cũng là chức việc trong cùng địa phận với Chánh trị sự, có nhiệm vụ giúp cho Chánh Trị sự có đủ nhân sự giúp khó trợ nghèo trong địa phận. Phó Trị Sự có quyền về chính trị chớ không có quyền về luật lệ. Nếu có điều chi làm hại đến Đạo thì phải cho Thông sự hay, đặng điều chỉnh thế nào cho ổn. Phó Trị Sự là Giáo Tông em.

- <u>Thông Sự</u>: Thông sự là chức việc do Đức Lý Giáo Tông khuyên Hộ Pháp lập thành. Thông sự là người đồng thể (cùng cấp) với Phó Trị Sự. Người có quyền về luật lệ chớ không có quyền về Chính trị đạo. Thông sự là người của Hiệp Thiên Đài, người có quyền xem xét luật lệ, cử chỉ hành động của Phó Trị Sự mỗi việc chi làm mất lẽ công bình mà Hội Thánh không biết thì Thông Sự phải chịu trách nhiệm... Người đặng trọn quyền cùng Phó Trị Sự tìm phương giúp đỡ những người hoạn nạn, cô thế. Thông Sự là Hộ Pháp em.

22. Hoạt động của một Thánh Thất gồm những gì?

- Cúng tứ thời hằng ngày. Vào ngày Sóc Vọng, sau lễ cúng, phổ biến tin tức, đạo sự.

- Tổ chức các ngày đại lễ của Đạo.

- Tổ chức tang lễ cho các đạo hữu quá vãng.

- Làm lễ nhập môn, lễ thượng tượng cho tín hữu mới.

- Làm phép bí tích hôn phối, tắm thánh cho trẻ sơ sinh.

- Cầu siêu, cầu an cho đồng đạo, bá tánh khi hữu sự.

- Thuyết đạo, tổ chức khóa tịnh cho tín đồ thuộc Thánh Thất.

- Hướng dẫn đạo đức cho đồng nhi lễ sĩ.

- Tổ chức các cuộc hành thiện và thiết lập các cơ sở hành thiện.

- Liên giao với các Thánh thất bạn và giao thiệp với xã hội hay chính quyền trong tư cách một đoàn thể tôn giáo.

23. Tại sao Thánh Thất còn gọi là Thánh Thể Đức Chí Tôn?

Thánh Thất nào cũng được cấu trúc bởi Tam đài: Bát Quái Đài, Cửu Trùng Đài, Hiệp Thiên Đài.

Bát Quái Đài là tháp tám cạnh tương ứng với Thiên bàn tại Chánh điện. Về phương diện vô vi, Bát Quái Đài thuộc về quyền lực của Đức Chí Tôn và các Đấng Thiêng Liêng có sứ mạng trong Tam Kỳ Phổ Độ, tức là phần Thiên, về Đạo pháp tương ứng với Thần.

Cửu Trùng Đài là nơi các cấp chức sắc và tín đồ đến chầu lễ hướng về Bát Quái Đài. Ở Tòa Thánh, Cửu Trùng Đài xây làm 9 cấp có ý nghĩa cửu phẩm từ thấp lên cao. Về phương diện đạo lý, Cửu Trùng Đài tượng trưng cho toàn thể chúng sanh là con cái của Thượng Đế, do nơi bản thể của Ngài hóa sanh ra. Cửu Trùng Đài còn tượng trưng cho quyền pháp của chúng sanh, tức phần Nhơn, về Đạo Pháp tương ứng với Tinh.

Hiệp Thiên Đài tiếp giáp với Cửu Trùng Đài, tương ứng với ngôi Hộ pháp được xây giữa hai tháp chuông và trống ở mặt tiền Thánh Thất. Hiệp Thiên Đài là nơi các chức sắc Hiệp Thiên Đài của Hội Thánh lập đàn cầu cơ bút để Thiêng Liêng dạy đạo. Hiệp Thiên Đài nắm giữ quyền pháp Đạo để điều hành mối Đạo, chuyển quyền pháp từ Bát Quái Đài vào Cửu Trùng Đài, nhờ đó mà Đạo vận hành được hanh thông. Về Đạo pháp, Hiệp Thiên Đài tương ứng với Khí.

Đại Đạo phải gồm đủ vô vi, hữu hình và Quyền pháp, mới sanh hóa, dưỡng dục được muôn loài và làm cho muôn loài tiến hóa. Thế nên Thánh Thất phải xây đủ Tam đài và Hội Thánh cũng được tổ chức đầy đủ thành phần để tượng trưng cho Thánh Thể Đức Chí Tôn Thượng Đế.

24. Ngày Khai Minh Đại Đạo là gì?

Đó là ngày mà Đức Thượng Đế đã chọn để ra mắt Đại Đạo Tam Kỳ Phổ Độ trước nhân sanh.

Cuộc lễ được tổ chức tại chùa Gò Kén (Từ Lâm Tự tức Thiền Lâm Tự) thuộc làng Long Thành, huyện Hòa Thành tỉnh Tây Ninh từ đêm 14 rạng 15 tháng 10 năm Bính Dần (19-11-1926).

Các vị Chức sắc cao cấp nhứt của Đạo đã tuyên thệ nhận lãnh sứ mạng trong lễ này.

Kế đó, Pháp Chánh Truyền hay bản Hiến Pháp Đạo được Đức Thượng Đế ban bố vào ngày 16-10 Bính Dần.

Do vậy, hằng năm toàn đạo thiết lễ kỷ niệm Khai Minh Đại Đạo vào ngày Rằm tháng 10 âm lịch để ghi nhớ ngày Đức Thượng Đế chính thức cho phép Đạo ra mắt nhân sanh với một cơ cấu Hội Thánh và Pháp Chánh hoàn chỉnh.

III. MỤC ĐÍCH TÔN CHỈ CỦA ĐẠO CAO ĐÀI

25. Mục đích của Đạo Cao Đài là gì?

Mục đích Đạo Cao Đài nhằm hoàn thiện hóa con người và xây dựng xã hội bình đẳng, thế giới đại đồng.

Về mặt tâm linh, Đạo Cao Đài có mục đích giải thoát luân hồi sanh tử.

Nói gọn, mục đích Đạo Cao Đài là "Thế đạo đại đồng, Thiên đạo giải thoát".

26. Xin giải thích ý nghĩa "thế đạo đại đồng"?

"Thế đạo đại đồng" tương ứng với đường lối hay phương pháp giải quyết cuộc diện nhân sinh, tạo được cuộc sống an lạc tiến bộ trong xã hội.

"Thế đạo đại đồng" nhằm mục đích thực hiện thế giới nhân loại bình đẳng, hạnh phúc không phân biệt giai cấp, đoàn thể, tôn giáo hay quốc gia dân tộc. "Thế đạo đại đồng" theo đạo Cao Đài lấy Nhân Bản làm nền tảng, trong đó nhân vị nhân quyền được tôn trọng, nhân tính được phát huy để xây dựng một thế giới văn minh đạo đức hòa bình mà người Cao Đài thường gọi là đời Thánh đức. "Thế đạo đại đồng" theo nghĩa rộng còn là tình bác ái đối với muôn loài vạn vật từ những sinh vật nhỏ nhất đến thú cầm, đến loài người, tức là cả chúng sanh.

27. Và ý nghĩa "Thiên đạo giải thoát"

Thiên đạo là Đạo pháp, là đường lối tu hành để người tu đạt được sự giải thoát toàn diện, không còn đau khổ phần thể xác hay phiền não tâm hồn tại thế gian, và xa hơn nữa được giải thoát tâm linh. Sau khi thoát xác, linh hồn người đắc quả Thiên đạo sẽ sống vĩnh viễn trong cõi thiên đàng cực lạc không còn bị luân hồi trở lại phàm trần nữa.

Muốn thế, người tu Thiên đạo phải học đạo đại thừa, tu luyện thân tâm và thực hành sứ mạng cứu độ tha nhân.

28. Tôn chỉ của Đạo Cao Đài như thế nào?

Tôn chỉ Cao Đài là "Tam giáo qui nguyên, ngũ chi phục nhứt". Tam giáo tức là Tam giáo đạo gồm: Nho-Thích-Lão.

Đại Đạo Tam Kỳ Phổ Độ xây dựng một nền giáo lý toàn diện tức là giáo lý Đại Đạo trên nền tảng tổng hợp giáo lý Tam giáo đạo. Bởi vì Tam giáo có đủ khả năng xây dựng con người chân chính, xã hội an lạc (Nho), dạy con người biết tu dưỡng thể xác và tinh thần để sống thung dung tự tại (Lão), và giải khổ (Thích).

Do đó tôn chỉ "Tam giáo qui nguyên" là đường lối để thực hiện mục đích "Thế đạo đại đồng, Thiên đạo giải thoát".

"Ngũ chi phục nhứt": tức Nhơn đạo, Thần đạo, Thánh đạo, Tiên đạo, Phật đạo phục nhất. Đó là đường lối tu hành tuần tự như lên năm nấc thang. Phục nhứt có nghĩa là thống nhứt thành một hệ thống bổ sung cho nhau, hiệp thành đạo pháp nhứt quán hầu đưa người tu đạt đến mục đích. Tóm lại, tôn chỉ Đại Đạo Tam Kỳ Phổ Độ là đường lối tổng hợp nhất quán cứu cánh hoàn thiện và giải thoát nhân sanh của vạn giáo.

29. Ý nghĩa của tiêu ngữ "Vạn giáo nhất lý"?

Song song với tôn chỉ "Tam giáo qui nguyên ngũ chi phục nhứt", Cao Đài còn nêu lên tinh thần "Vạn giáo nhứt lý".

Qua tiêu ngữ này, Cao Đài công nhận mục đích cứu cánh của tất cả tôn giáo chơn chánh có cùng một chơn lý là hướng dẫn con người sống có đạo đức, hoàn thiện hóa bản thân, hoàn thiện hóa xã hội và giải thoát linh hồn.

Từ đó Cao Đài chủ trương tôn trọng tín ngưỡng của mọi tôn giáo và nêu lên nguyên lý chung của mọi nền giáo lý tức là giáo lý Đại Đạo khả dĩ giác ngộ nhân loại toàn cầu.

IV. NGHI LỄ VÀ CÁCH THỜ PHƯỢNG TRONG ĐẠO CAO ĐÀI

30. Đạo Cao Đài thờ Thiên Nhãn có ý nghĩa gì?

Thiên Nhãn có nghĩa là mắt Trời. Đức Thượng Đế đã hiện Thiên Nhãn cho người đệ tử đầu tiên là Ngài Ngô Minh Chiêu thấy để vẽ ra làm biểu tượng tôn thờ Thượng Đế.

Thánh ngôn Đức Thượng Đế có giải thích rằng:

> *Thờ Thiên Nhãn là thờ Thầy.*
>
> *Tại sao Thiên Nhãn là Thầy?*
>
> *Thầy có dạy trước:*
>
> *"Nhãn thị chủ tâm, Lưỡng quang chủ tể, Quang thị thần, Thần thị Thiên, Thiên giả, ngã dã.*
>
> *Nhãn là cửa trái tim (tâm) của con người. Trái tim ấy là Tạo Hóa, tức là Thần, mà Thần là cái lý Hư Vô. Lý Hư Vô ấy là Trời vậy....*

Hai con mắt của các con là nhục nhãn, tức là âm với dương thì cũng như Thái Cực là Thiên Nhãn, còn lưỡng quang là nhựt nguyệt hằng soi khắp càn khôn, cứ tuần huờn mãi, hết ngày đến đêm, hết đêm đến ngày, không bao giờ dứt sự hành tàng của Tao Hóa.[52]

Vậy thờ Thiên Nhãn tức là thờ Trời, là trung tâm thần lực của vũ trụ, là Thái Cực hay Thượng Đế Chúa Tể càn khôn tức Đức Cao Đài.

31. Đạo Cao Đài thờ các Đấng nào?

Đạo Cao Đài thờ Thiên Nhãn là thờ Đức Thượng Đế, Đấng Giáo Chủ của Đại Đạo Tam Kỳ Phổ Độ cũng là Chúa tể Càn Khôn vũ trụ.

- Dưới Đức Chí Tôn còn thờ Tam Giáo Đạo Tổ:

 . Đức Thích Ca Mâu Ni - Giáo Chủ Thích Giáo

 . Đức Lão Tử (hậu thân Đức Thái Thượng Đạo Tổ) - Giáo Chủ Tiên Giáo.[53]

 . Đức Khổng Thánh Tiên Sư - Giáo Chủ Nho Giáo

- Kế đến là Tam Trấn Oai Nghiêm Đại Đạo Tam Kỳ Phổ Độ là các Đấng thay mặt Tam Giáo Đạo Tổ hộ trì giữ vững cơ đạo:

 . Nhứt Trấn: Đức Thái Bạch Kim Tinh Đại Tiên Trưởng

 . Nhị Trấn: Đức Quán Thế Âm Bồ Tát

 . Tam Trấn: Đức Hiệp Thiên Đại Đế Quan Thánh Đế Quân

---

[52] *Đại Thừa Chơn giáo*, mục 46 'Cách thờ phượng', tr.432.

[53] Bài vị thờ Ngài trong các Thánh thất đều viết: "Thái Thượng Đạo Tổ ".

- Ngoài ra Đạo Cao Đài còn thờ Đức Ki Tô tiêu biểu Thánh đạo và Đức Khương Thái Công tiêu biểu Thần đạo.

Tựu trung cách thờ trên thể hiện Tôn chỉ "Tam giáo qui nguyên, Ngũ chi phục nhứt" của Đại Đạo Tam Kỳ Phổ Độ do chính Đức Thượng Đế khai mở vào thời Hạ nguơn này để tận độ chúng sanh.

32. Cách bày trí trên Thiên Bàn và ý nghĩa ra sao?

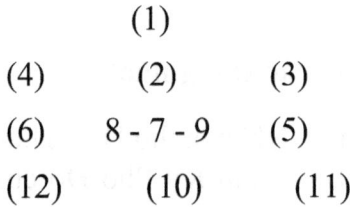

	(1)	
(4)	(2)	(3)
(6)	8 - 7 - 9	(5)
(12)	(10)	(11)

(1). Thánh tượng Thiên Nhãn: ngay giữa Thiên bàn và ở vị trí cao nhứt

(2). Đèn Thái Cực: ngay giữa Thiên Bàn, dưới Thiên Nhãn.

(3). Hoa: bên trái Thiên Bàn (từ trong Thiên Bàn ngó ra)

(4). Quả: bên phải Thiên bàn

(5). Nước trắng (bên trái)

(6). Nước trà (bên phải)

(7-8-9): Ba chung rượu

(10). Lư hương cắm 5 cây nhang, giữa 2 cây đèn.

(11- 12): Hai cây đèn

- Đèn Thái Cực (Thái Cực đăng) được thắp sáng liên tục trên Thiên bàn tượng trưng cho nguồn gốc của vũ trụ, là động năng nguyên thủy và vĩnh cửu phát sinh hai năng lực Âm Dương trong trời đất để hóa sinh muôn loài vạn vật.

Thái cực đăng còn tượng trưng cho tâm đăng như Kinh Đại Thừa Chân Giáo có dạy: "*Ngọn đèn các con thờ chính giữa đó là giả mượn làm tâm đăng, Phật Tiên truyền Đạo cũng do đó, các con thành Đạo cũng tại đó...".*[54]

- Cặp đèn (11-12) gọi là đèn lưỡng nghi ứng với đèn Thái Cực ở giữa, bên trong, tượng trưng cho nguyên tắc hóa sanh của vũ trụ:"Thái cực sanh lưỡng nghi".

- Hoa quả cũng xếp theo vị trí âm dương.

- Nước lọc, nước trà (5-6) cũng mang ý nghĩa âm dương (trái dương, phải âm).

- Ngoài ra, Hoa - Rượu - Trà còn lần lượt tượng trưng cho Tinh - Khí - Thần mà đạo gia gọi là Tam bửu tức ba món báu của con người.

- Lư hương với năm cây nhang tượng trưng cho nơi qui tụ của ngũ hành (Kim Mộc Thủy Hỏa Thổ), còn gọi là Giới hương, Định hương, Huệ hương, Tri kiến hương, Giải thoát hương.

33. Ý nghĩa của chữ "KHÍ" nơi bàn Hộ Pháp ra sao?

Bàn Hộ Pháp là bàn thờ đối diện với Thiên bàn đặt ngay đầu ngoài của Thánh Thất. Tại Đền Thánh Tây Ninh đó là nơi Hộ Pháp đứng trấn đàn, bên tả có Thượng Sanh, bên hữu có Thượng Phẩm.

Phía trên bàn Hộ Pháp có họa chữ KHÍ, tiêu biểu khí Tiên Thiên hay nguyên khí của vũ trụ. Thế là trong thánh đường một đầu là THẦN của vũ trụ (Thiên Nhãn: Thượng Đế), một đầu là KHÍ của vũ trụ đối ứng nhau. Thần - Khí là căn bản của sự sống và tiến hóa của vạn vật chúng sanh.

---

[54] *Đại Thừa Chơn Giáo*, mục 'Cách thờ phượng', Chiếu Minh, 1950 (song ngữ) trang 434.

34. Đạo Cao Đài có Kinh Thiên Đạo và Kinh Thế Đạo, xin cho biết thành phần và cách sử dụng hai bộ kinh này.

1- <u>Kinh Thiên Đạo gồm</u>:

1.1- Kinh cúng tứ thời mỗi ngày: Các bài Niệm hương, Khai kinh, Kinh Ngọc Hoàng Bửu Cáo, Tiên Giáo Bửu Cáo, Nho Giáo Bửu Cáo; Dâng tam bửu (hoa - rượu - trà), Ngũ nguyện.

- Ở Đền Phật Mẫu cúng tứ thời gồm: Niệm hương, Khai kinh, Phật Mẫu Chơn Kinh, Kinh xưng tụng công đức Đức Diêu Trì Kim Mẫu (đọc ngày lễ), Dâng tam bửu (hoa, rượu, trà), Ngũ nguyện.

- Đúng ngày Vía các Đấng, đọc thêm kinh xưng tụng (Đức Lý Đại Tiên Trưởng, Đức Quán Thế Âm, Đức Quan Thánh Đế Quân, Đức Gia Tô Giáo Chủ, Đức Khương Thái Công).

1.2- Kinh Giải bịnh, Kinh Trừ tà.

1.3- Kinh Tang lễ (từ khi hấp hối đến tẩn liệm, thành phục, đưa tang, hạ huyệt....)

1.4- Kinh Cầu siêu: cúng cửu, tiểu tường, đại tường; cầu siêu cho âm nhơn, kinh tế liệt sĩ.

1.5- Kinh Sám hối.

1.6- Kinh Giải oan, Kinh Nhập môn, Kinh Tắm thánh.

2- <u>Kinh Thế Đạo gồm</u>:

2.1- Kinh trong các đạo sự: thuyết pháp, nhập hội, xuất hội, nhập học.

2.2- Kinh trong sống đạo hằng ngày: khi ra đường, khi trở về, khi ngủ, khi thức dậy, kinh ăn cơm, kinh ăn xong rồi.

2.3- Kinh trong hôn lễ: Kinh hôn phối

2.4- Kinh cúng các vị liễu đạo: Nguyên thủ thăng hà, thầy qui vị, con cúng cha mẹ, vợ chồng cúng nhau, cúng tổ phụ, cúng thân bằng cố hữu, huynh đệ cúng nhau.

2.5- Kinh Cứu Khổ.

35. *Bài Ngũ nguyện có ý nghĩa gì?*

Bài Ngũ nguyện được tín đồ Cao Đài tụng đọc sau cùng để kết thúc mỗi lễ cúng, gồm 5 câu:

1.   *Nam mô nhứt nguyện Đại Đạo hoằng khai,*

2.   *Nhì nguyện phổ độ chúng sanh,*

3.   *Tam nguyện xá tội đệ tử,*

4.   *Tứ nguyện thiên hạ thái bình,*

5.   *Ngũ nguyện thánh thất an ninh.*

Ơn Trên đã tóm tắt ý nghĩa như sau:

Nhứt nguyện Đại Đạo hoằng khai,
Vì đời nào ngại chông gai dữ lành.

Nhì nguyện phổ độ chúng sanh,
Quyết đem hoằng giáo đạo lành giáo dân.

Tam nguyện xá tội bản thân,
Khoan dung phá chấp cổi trần vô minh.

Tứ nguyện thiên hạ thái bình,
Tịnh tâm chế động muôn nghìn trái oan.

Ngũ nguyện thánh thất bình an,
Hai ngày sóc vọng đăng đàn thuyết minh.

Trấn an tâm đạo nhân sinh,

Vai trò un đúc đức tin đạo đồng.[55]

36. Thế nào là tiểu đàn - trung đàn và đại đàn?

a) <u>Tiểu đàn</u>: Là lễ cúng thường tại nhà hoặc tại thánh thất để cúng tứ thời hằng ngày chỉ có đọc kinh mà không có lễ nhạc, Lôi âm cổ (trống) hay Bạch ngọc chung (chuông lớn).

b) <u>Trung đàn</u>: Là lễ cúng trong các ngày rằm và mùng một tại một thánh thất, thánh tịnh hay ở Tòa Thánh. Lễ cúng này lớn hơn tiểu đàn nghĩa là ngoài số đồng nhi đọc kinh ra còn có nhạc. Lôi âm cổ đánh 36 tiếng rồi dứt...và Bạch Ngọc Chung cũng đánh 36 tiếng rồi dứt...trở lại 3 dùi. Trung đàn có dâng sớ nhưng không có đăng điện dâng lễ phẩm.

c) <u>Đại đàn</u>: Có đầy đủ cả 3 ban : lễ, nhạc, đồng nhi; lễ sĩ đăng điện[56] dâng lễ phẩm. Có Lôi Âm Cổ và Bạch Ngọc Chung nhưng lại đánh mỗi thứ 3 hồi, mỗi hồi 12 chập, mỗi chập 12 dùi, chuông trống như nhau. Sau cùng trở lại 3 dùi mỗi thứ. Có dâng sớ.[57] Đại đàn còn có "nhạc tấu huân thiên"[58] - có ngoại nghi, nội nghi.

Tóm lại cúng đại đàn có đầy đủ nhạc, lễ với nội nghi- ngoại nghi - đăng điện dâng tam bửu, chuông trống đánh "Ngọc Hoàng Sấm".

---

[55] Như Ý Đạo Thoàn Chơn Nhơn, Vĩnh Nguyên Tự.

[56] đăng điện: lễ sĩ dâng hoa, rượu , trà, đi từ bàn Hộ Pháp lên Thiên Bàn với những bước vẽ hình chữ "tâm".

[57] *Thánh Ngôn Hiệp Tuyển,* q.1, Toà Thánh Tây Ninh, 1973, tr.24, đàn cơ ngày 18 tháng 5 năm Bính Dần (27.6.1926).

[58] "Nhạc tấu huân thiên": toàn ban nhạc lễ đồng tấu tưng bừng trước khi bắt đầu đại đàn.

- <u>Ngoại nghi</u>: nghi thức chuẩn bị lễ phẩm trước bàn Hộ Pháp để các lễ sĩ đăng điện lên trước Thiên bàn dâng cho chủ lễ hiến cúng.

- <u>Nội nghi</u>: nghi thức dâng lễ phẩm ngay trước Thiên bàn của vị chủ lễ.

37. Xin cho biết ý nghĩa của lễ nhập môn?

Người tự nguyện làm tín đồ Đạo Cao Đài sẽ được làm lễ Nhập môn. "Nhập môn" tức bước vào cửa Đạo.

Lễ Nhập Môn được tổ chức tại Thánh Thất trước Thiên bàn, do vị chức sắc Đầu Họ Đạo làm chủ lễ với sự chứng kiến của thân nhân, của đồng đạo và hai người tiến dẫn.

Lễ Nhập Môn thường cữ hành sau lễ cúng ngày sóc vọng. Người nhập môn đến quì trước Thiên bàn, xưng tên họ rồi đọc lời minh thệ theo sự hướng dẫn của vị chức sắc Đầu Họ để dâng lời phát nguyện làm môn đồ của Đức Cao Đài Thượng Đế, tuân hành luật đạo và giữ đạo suốt đời.

Kế đến, vị chủ lễ làm phép bí tích cho người nhập môn là một phép rất thiêng liêng, thay mặt cho Đức Chí Tôn thâu nhận người tân tín đồ.

Chức việc tại Thánh thất có nhiệm vụ ghi danh tánh tín đồ vào sổ bộ của Thánh thất.

Sau khi nhập môn, về phần vô vi, người tín đồ sẽ được hưởng đại ân xá, nếu như luôn luôn giữ đạo, siêng năng tu hành bằng công quả, công trình, công phu để dần dần trở nên hoàn thiện, đồng thời độ dẫn lại những người chung quanh được hoàn thiện như mình.

38. Ý nghĩa của Trống Lôi Âm và Bạch Ngọc Chung?

- Bạch Ngọc: ám chỉ Bạch Ngọc Kinh, nơi Đức Thái Cực Thánh Hoàng (Thượng Đế) ngự. Chuông Bạch Ngọc hay Bạch Ngọc Chung có thể hiểu là chuông nơi Thiên Đình.

- Lôi Âm: là tiếng sấm; trống Lôi Âm hay Lôi Âm Cổ là trống sấm.

Trước khi nhập đàn hành đại lễ tại Thánh Thất, chuông trống được đánh lên theo lối trống sấm nhà chùa, nhưng mỗi chập 12 dùi, phải 12 chập một hồi, phải đủ ba hồi cộng là 36 chập gọi là Ngọc Hoàng Sấm, đây là di tích của Thích giáo (đạo Phật).

39. Xin cho biết các ngày lễ lớn trong năm của Đạo Cao Đài?

1. Ngày mùng 9 tháng Giêng âm lịch: Lễ Vía Trời tức Vía Đức Ngọc Hoàng Thượng Đế, Đấng khai sáng Đại Đạo Tam Kỳ Phổ Độ tức Cao Đài Tiên Ông Đại Bồ Tát Ma Ha Tát.

2. Ngày Rằm (15) tháng Hai âm lịch: Lễ Vía Đức Thái Thượng Đạo Tổ, Giáo Tổ Tiên Đạo.

3. Ngày mùng 8 tháng Tư âm lịch: Lễ Vía Đức Thích Ca Mâu Ni, Giáo Tổ Phật Đạo.

4. Ngày 18 tháng Tư âm lịch: Lễ Vía Đức Khương Thái Công, tiêu biểu Thần Đạo.

5. Ngày 19 tháng Sáu âm lịch: Lễ Vía Đức Quán Thế Aâm Bồ Tát, Nhị Trấn Oai nghiêm Đại Đạo Tam Kỳ Phổ Độ.

6. Ngày 24 tháng Sáu âm lịch: Lễ Vía Đức Quan Thánh Đế Quân, Tam Trấn Oai nghiêm Đại Đạo Tam Kỳ Phổ Độ.

7. Ngày Rằm tháng Tám âm lịch: Lễ Vía Đức Diêu Trì Kim Mẫu Vô Cực Từ Tôn tức Đức Phật Mẫu - Đức Mẹ; đêm Rằm có Lễ Hội Yến Bàn Đào.

8. Ngày 18 tháng Tám âm lịch: Lễ Vía Đức Lý Đại Tiên Trưởng, Nhứt Trấn Oai Nghiêm, Giáo Tông Vô Vi Đại Đạo Tam Kỳ Phổ Độ.

9. Ngày 27 tháng Tám âm lịch: Lễ Vía Đức Khổng Thánh Tiên Sư, Giáo tổ Đạo Nho.

10. Ngày Rằm tháng Mười âm lịch: Lễ kỷ niệm ngày Khai Minh Đại Đạo.

11. Ngày 25 tháng 12 dương lịch: Lễ Vía Đức Gia Tô Giáo Chủ.

Ngoài ra vào các ngày Rằm tháng Giêng, tháng Bảy, tháng Mười các Thánh Thất có cử hành Lễ Thượng nguơn, Trung nguơn, Hạ nguơn tương đối trọng thể.

40. Yến Bàn Đào là gì?

Về mặt sử đạo, Đức Thượng Đế dạy chư vị Tiền Khai Đại Đạo thiết lễ Yến Bàn Đào lần đầu tiên vào đêm Rằm tháng Tám năm Ất Sửu (1925), để cung thỉnh Đức Diêu Trì Kim Mẫu và Cửu Vị Tiên Nương dự yến.

Yến gồm các lễ phẩm hoa quả và rượu, trần thiết trên một bàn tròn, chung quanh có xếp chỉnh tề chín chiếc ghế.

Chư Tiền Khai cầu Đức Mẹ Diêu Trì lâm phàm dự yến qua cơ bút. Hộ giá Đức Mẹ có Cửu Vị Tiên Nương.

Đức Mẹ cho phép chư Tiền Khai đồng dự yến và đàn nhạc trong buổi yến.

Về ý nghĩa, Đức Mẹ là ngôi Vô Cực, là ngôi Bảo Tồn, nên trong Tam Kỳ Phổ Độ, Thầy lâm phàm khai Đạo thì Đức Mẹ cũng giáng thế hộ trì dạy dỗ, un đúc các bậc thiên ân sứ mạng và hết thảy con cái nữ nam của Mẹ để được cứu độ giải thoát khổ trần.

Chư Tiền bối được đồng dự yến với Đức Mẹ và Cửu Nương có ý nghĩa Thiên nhơn đồng nhứt thể và Thiên nhơn hiệp nhứt. Nhứt là ý nghĩa "vô vi - hữu hình đồng sứ mạng" trong Tam Kỳ Phổ Độ.

Yến Bàn Đào còn có ý nghĩa ban thưởng cho người có công trên đường hành đạo tự độ - độ tha.

41. Đạo kỳ Cao Đài như thế nào? Xin cho biết ý nghĩa?

Đạo kỳ Cao Đài hình chữ nhật, gồm ba phần đều nhau của chiều dài, xếp thứ tự từ trên xuống dưới là:

  - VÀNG: còn gọi là Thái Thanh, tượng trưng cho Phật Đạo.

  - XANH: (xanh da trời) còn gọi là Thượng Thanh, tượng trưng cho Tiên Đạo.

  - ĐỎ: còn gọi là Ngọc Thanh, tượng trưng cho Thánh Đạo (Nho).

Trên nền vàng có vẽ hình Thiên Nhãn. Dọc thẳng từ Thiên Nhãn xuống có viết sáu chữ Đại Đạo Tam Kỳ Phổ Độ (một mặt đạo kỳ viết chữ Việt, mặt kia viết chữ Hán).

Đạo kỳ được treo trước Tòa Thánh, Thánh Thất, Thánh Tịnh, ngay phía trên tiền sảnh.

42. Phướn hay Phướn Tam Thanh là gì?

Phướn là một loại cờ rất dài thường treo giữa sân các đình chùa. Tại các Tòa Thánh, Thánh Thất, Thánh Tịnh đạo Cao Đài đều có dựng cột phướn trước sân để treo phướn vào các ngày đại lễ. Phướn thường có chiều dài 9 mét, 12 mét, 18 mét hoặc 36 mét; bề ngang khoảng 6 tấc (dm), kết cấu như sau:

  - Nền vàng, viền xanh tua đỏ (tượng trưng Tam giáo đạo).

  - Trên nền vàng ngay đầu trên của Phướn có thêu hình Thiên Nhãn.

- Thẳng hàng từ Thiên Nhãn xuống là hàng chữ thêu câu đối (thường do các đấng Thiêng Liêng ban cho), nội dung nói lên tinh thần Đại Đạo và liên hệ đến cơ đạo tại chỗ.

Phướn có hai mặt giống nhau, mỗi bên thêu một giòng chữ của hai câu đối.

43. Cổ pháp Tam giáo là gì?

Cổ pháp là bảo vật từ xưa điển hình các quyền năng mầu nhiệm của các Đấng Thiêng liêng. Cổ pháp Tam giáo gồm:

- Bát vu: là cái bình của các tăng ni ôm đi khất thực. Bát vu tượng trưng cho cổ pháp của Phật đạo.

- Phất chủ: hay phất trần, là cây chổi quét sạch bụi trần của Tiên gia. Phất chủ tượng trưng cổ pháp của Tiên đạo.

- Sách Xuân Thu: là quyển lịch sử do Đức Khổng Tử soạn ra, trong đó hàm súc học thuyết đạo Nho của Ngài. Sách Xuân Thu tượng trưng cổ pháp của Thánh đạo.

Đạo Cao Đài dùng hình ảnh Cổ pháp Tam giáo để nêu lên tôn chỉ "Tam giáo qui nguyên".

44. Đạo Cao Đài có phép bí tích không?

- "Bí" có nghĩa là kín đáo, có tính chất huyền nhiệm và không phổ truyền rộng rãi.

- "Tích" là dấu tích, ở đây có nghĩa là một tác động của người làm phép có ảnh hưởng quan trọng trên người thọ nhận.

Phép bí tích (sacrement) được Thiêng Liêng bí truyền cho những vị có sứ mạng cầm giữ bí pháp của Đức Chí Tôn để cứu rỗi nhân sanh. Rồi về sau vị này truyền sang vị khác trực tiếp bằng lời nói chứ không được viết thành văn. Trong

Đại Đạo Tam Kỳ Phổ Độ có tất cả 12 phép bí tích để độ sanh lẫn độ tử và mỗi phép đều có kinh riêng:

1. Phép giải oan: Phép này dùng cho người mới nhập môn cầu đạo.

2. Phép tắm thánh: Dùng cho trẻ sơ sinh từ một tháng trở lên.

3. Phép giải bệnh: Dùng cho người bệnh nặng có tâm nguyện ăn năn hối cải mọi lỗi lầm để giải bớt nghiệp thân.

4. Phép vĩnh sanh: Phép này áp dụng cho người mới trừ trần, lúc sắp tẩn liệm, vị chức sắc đến làm phép xác. Phép này độ cho người tín đồ ăn chay từ 10 ngày trở lên, được siêu thoát vào cõi thiêng liêng hằng sống vĩnh viễn.

5. Phép đoạn nghiệt: Phép này giúp cho người tín đồ lúc lâm chung, hấp hối khỏi bị vật vã dày vò thể xác hay hoảng loạn tinh thần do oan nghiệt nhiều đời.

6. Phép tuyệt trần: Dùng cho người còn mê luyến trần ai, lúc lâm chung bộc lộ sự tiếc nuối vợ, con, tài sản... thần thức không chịu lìa thể xác, rên xiết, than thở kéo dài. Vị chức sắc sẽ cho đạo hữu đọc bài kinh "sám tỉnh mê hồn" để an ủi, giác ngộ người này trước khi làm phép tuyệt trần để linh hồn thoát xác nhẹ nhàng.

7. Phép trấn thần: Trấn là đặt vào, thần là thần lực. Phép này dùng để bảo vệ các đối tượng dưới quyền lực thiêng liêng, tránh khỏi ảnh hưởng xấu của tà khí, tà thần. Ví dụ:

- Trấn thần vào nơi thờ phượng, tượng thờ.

- Trấn thần vào nhà mới cất.

- Trấn thần vào phòng ngủ của người bị ma quỉ ám.

- Trấn thần vào đạo phục, khăn y các chức sắc.

- Trấn thần vào quan tài hay huyệt...

8. Phép hôn phối: (không bắt buộc) – Đôi tân hôn phải có đủ điều kiện đặc biệt mới được thực hiện phép này.

9. Phép đại xá - tiểu xá: do vị chức sắc cao cấp nhứt của Hội Thánh thay mặt Đức Chí Tôn ban phước lành hay làm lễ xá tội cho một cá nhân hay một tập thể.

10. Phép giải khổ: Dùng cho người gặp quá nhiều khổ nạn, tai ương.

Trước khi làm phép, vị chức sắc sẽ giảng cho đương sự luật nhân quả, phải biết sám hối, đọc kinh cứu khổ và kinh Cảm Ứng.

11. Phép khai khiếu: Dùng cho đồng tử hay độc giả mới tập hay cho trẻ em tối dạ, hoặc người bất định tâm hồn.

12. Phép điểm đạo: do chân sư tại thế hoặc do các Đấng Thiêng Liêng điểm hóa cho người môn đồ được bước vào thiên đạo giải thoát.

45. Cơ bút Cao Đài là gì – được thực hiện như thế nào?

Cơ bút trong đạo Cao Đài là phương pháp thông công giữa các Đấng Thiêng Liêng trong cõi vô hình và chức sắc Hội Thánh tại thế gian. Tức là giữa Bát Quái Đài và Cửu Trùng Đài qua trung gian Hiệp Thiên Đài bằng phương tiện cơ bút.

- Cơ là dụng cụ đặc biệt để một hoặc hai đồng tử (song đồng) cầm, nương vào đó viết ra thánh ngôn khi tiếp điển thiêng liêng.

- Bút là loại dụng cụ khác tựa như cây viết. Đồng tử dùng cơ gọi là "thủ cơ", dùng bút gọi là "chấp bút".

Có khi người đồng tử (medium) vừa thủ cơ, vừa xuất khẩu nói lời nói của thiêng liêng qua linh điển gọi là thánh ngôn.

Đồng tử là người thọ bẩm khả năng đặc biệt tiếp nhận được linh điển từ cõi vô hình khi đã ngồi yên, định thần trong một môi trường thanh tịnh.

Người đồng tử phải sống thật thanh khiết, không kết hôn và thường xuyên thiền định mới có thể tiếp nhận điển thiêng liêng trọn vẹn.

Bộ phận cầu cơ bút thuộc Hiệp Thiên Đài, có những nguyên tắc rất nghiêm cẩn phải thực hiện đầy đủ khi cầu cơ bút.

Cơ bút là một phương pháp thông linh mà phương Tây gọi là "spiritisme".

V. GIÁO LÝ CĂN BẢN

46. Giáo lý Cao Đài dựa trên căn bản nào?

Giáo lý Cao Đài xây dựng dựa trên hai nguyên lý căn bản là:

1. Thiên địa vạn vật đồng nhất thể: Trời đất vạn vật có cùng một bản thể.

2. Nhất bổn tán vạn thù, vạn thù qui nhất bổn: Một gốc phân tán ra vạn hình thức (sai biệt), vạn hình thức (sai biệt) quay về một gốc.

- Từ nguyên lý thứ nhứt, giáo lý Cao Đài quan niệm Trời và Người có cùng bản thể, có thể tương thông tương ứng và hiệp nhứt được. Nên Đức Thượng Đế dạy:"**Thầy là các con, các con là Thầy**".

Kế đến chúng sanh cũng đồng bản thể nên phải thương yêu nhau, nhất là giữa người với người phải xem nhau như anh em một Cha, từ đó phải thực hiện mục đích đại đồng nhân loại.

-Từ nguyên lý thứ hai, giáo lý Cao Đài quan niệm vũ trụ là một trường tiến hóa có khởi điểm từ bản thể Đại Linh Quang, tức Thượng Đế, phóng phát các điểm linh quang tiềm tàng trong vạn loại để tiến hóa từ khoáng sản, đến thảo mộc, thú cầm, đến con người. Rồi từ con người đến các bậc Thiêng liêng Thần Thánh Tiên Phật để trở về hiệp nhất với Thượng Đế.

Do đó cứu cánh của con người là tiến hóa trở về với Thượng Đế, tức nguồn gốc của mình mà cũng là của vũ trụ. Muốn thế, con người phải biết tu công lập đức để hoàn hảo hóa bản thân đến mức chí chơn chí thiện. Giáo lý Cao Đài gọi đó là "Phản bổn hoàn nguyên".

47. Đức tin về Thượng Đế của người Cao Đài ra sao?

Người tín đồ Cao Đài trọn tin Thượng Đế là Chúa tể càn khôn vũ trụ, là Cha chung của muôn vật.

Ngài là ngôi Thái Cực, nói theo nghĩa Thượng Đế Vô Ngã và là Ngọc Hoàng Thượng Đế theo nghĩa Thượng Đế hữu ngã.

Tùy theo từng thời kỳ trong lịch sử nhân loại, Đức Thượng Đế giao sứ mạng cho các Đấng Giáo Tổ giáng phàm mở đạo để "giáo dân vi thiện".

Đến thời này là Tam Kỳ Phổ Độ, chính Ngài giáng điển linh xuống cõi thế gian thành lập Đại Đạo Tam Kỳ Phổ Độ để cứu rỗi nhân loại, xây dựng đời Thánh đức. Trong Tam Kỳ Phổ Độ, Đức Thượng Đế vừa là Đấng Giáo Chủ vừa là Cha vừa là Thầy của chúng sanh, Ngài cho phép tất cả các Đấng trên cõi Thiên đình cùng với Ngài đến cõi trần mở cơ tận độ kỳ mạt kiếp.

48. Xin giải thích thêm về Thượng Đế Vô ngã và Thượng Đế Hữu ngã.

Giáo lý của Đạo Cao Đài dung hợp cả hai quan niệm này.

Khi nói về Thượng Đế vô ngã là nói về nguyên động lực phát sinh càn khôn thế giới, là cơ nguyên hình thành, biến hóa và vận hành vũ trụ. Theo Đạo Học, Thượng Đế vô ngã là nguyên lý sinh hóa, hủy diệt, bảo tồn của vũ trụ, trong qui luật vận động Âm Dương.

Khi nói về Thượng Đế hữu ngã là nói về chủ thể tuyệt đối, tức là Đấng Tối Cao, có quyền hành tối thượng, thống trị cả muôn loài, Ngài chưởng quản cả càn khôn thế giới.

Khái niệm hữu ngã nghiêng về khuynh hướng sùng tín, khái niệm vô ngã nghiêng về khuynh hướng triết học đều dẫn đến đức tin nơi Thượng Đế.

49. Xin cho biết Vũ trụ quan Cao Đài?

Giáo lý Cao Đài cho rằng vũ trụ nguyên sơ là không gian Vô Cực. Từ bản thể Vô Cực phát sinh một nguyên lý và một nguyên khí ngưng kết nhau thành một khối tinh quang. Khối ấy nổ tung ra làm phát sinh Thái Cực Đại Linh Quang; Thái Cực "lấy cơ thể âm dương mà phân thanh biện trược, làm máy động tịnh để gom tụ cái Khí Hư Vô[59] đặng hóa sanh muôn loài vạn vật".[60]

Đó là cơ sinh hóa, tiếp theo là cơ tiến hóa của vạn vật, vì vạn vật thọ bẩm bản thể Linh Quang sẽ tiến hóa trở về hiệp

---

[59] Hư Vô: Tức khí Hư Vô hay Tiên Thiên khí thuộc về Bản thể của vũ trụ hay nguyên khí của vạn vật.

[60] *Đại Thừa Chơn Giáo* song ngữ Việt Pháp, mục 'Vũ Trụ', Chiếu Minh Đàn, 1950, tr-410.

với Đại Linh Quang theo qui luật "nhứt bổn tán vạn thù, vạn thù qui nhứt bổn".[61]

50. Đại Linh Quang, Tiểu Linh quang là gì?

Đây là những khái niệm đặc thù của Cao Đài Giáo. Như trên đã nói, vạn vật phát sinh từ Thái Cực. Thái Cực là Đại Linh Quang theo nghĩa bản thể đồng thời là bản căn của vạn vật. Còn trong ý nghĩa tâm linh, đó là khối Đại Nguyên Thần của toàn cả vũ trụ. Mỗi con người đều thọ bẩm một điểm Tiểu linh quang có cùng bản tính, bản chất với Đại Linh Quang, nên còn gọi là điểm nguyên thần chiết xuất từ Đại Linh Quang.

Tu luyện là cách con người tự vẹt tan màn vô minh bao phủ để làm sáng tỏ điểm nguyên thần ấy. Nhờ đó, khi thoát xác, Tiểu linh quang sẽ hội nhập trở lại cùng Đại Linh Quang.

Theo Cao Đài, trong chu trình tiến hóa của vũ trụ, vạn vật tiến hóa dần dần lên đến hàng nhân loại mới có đủ tam hồn là sanh hồn, giác hồn và linh hồn để tu luyện giải thoát.

51. Tân pháp Cao Đài là gì?

Tân pháp Cao Đài là pháp môn tu hành được Đức Thượng Đế truyền dạy cho tín đồ trong Đại Đạo Tam Kỳ Phổ Độ. Từ khi lập Đạo Cao Đài vào đầu thế kỷ này, Tân pháp có tính chất đơn giản hơn các pháp môn tu luyện xưa nay, đồng thời tổng hợp căn bản Tam giáo đạo (Nho -Thích - Lão), giúp cho người tu dễ dàng thực hành từ thấp lên cao đến mức giải thoát. Có thể nói Tân pháp Cao Đài là pháp môn thích hợp thời hạ nguơn này để tận độ chúng sanh.

Về mặt thực hành: Tân pháp dựa trên căn bản Tam công để rèn luyện thân tâm - tánh mạng.

---

[61] *Đại Thừa Chơn Giáo* song ngữ Việt Pháp, mục 'Tiên Thiên Cơ Ngẫu', Chiếu Minh Đàn, 1950, tr-276.

52. Đắc nhứt là gì?

Nhứt là lẽ Một, là Chân lý chung của vạn sự vạn vật. Đắc nhứt là được Một, là tự thấy đồng nhứt với Vũ trụ, tương ứng tương hòa với mọi đối tượng chung quanh.

Đắc nhứt trên mục đích hướng về nguồn gốc vũ trụ là hiệp nhứt được với Thượng Đế Đại Linh Quang.

Đắc nhứt trên mục tiêu giải thoát là đạt đến tâm vô phân biệt, xem mình là mọi người, mọi người là mình.

Đắc nhứt trên phương diện tu hành là kiên nhẫn trì thủ hành đạo không ngừng với một đức tin duy nhứt, với một pháp môn duy nhứt, tức là với tâm chuyên nhứt.

Đắc nhứt giữa các tôn giáo là không kỳ thị tôn giáo khác, không tự tôn tôn giáo mình, mà phải tôn trọng tất cả tôn giáo trên tinh thần vạn giáo nhứt lý. Cuối cùng Đắc Nhứt là đạt Đạo.

53. Phản bổn hoàn nguyên là gì?

Phản là quay lại, hoàn là trở về.

Theo giáo lý Cao Đài, Tiểu linh quang được phóng phát ra từ Đại Linh Quang (Thượng Đế) thể nhập vào vạn vật để dần dần tiến hóa lâu đời nhiều kiếp mới đến địa vị làm người. Con người sẽ tiếp tục con đường tiến hóa trên giai đoạn cuối cùng để quay về với nguồn gốc khởi nguyên là Thượng Đế Đại Linh Quang. Sự quay về đó gọi là "phản bổn hoàn nguyên", là nhập Niết bàn hay đắc Đạo.

Nhưng để trở về với Thượng Đế, với Trời, con người phải tu hành để Thiên tính nơi người ngày càng sáng tỏ đến mức hoàn toàn như Trời.

Vậy "phản bổn hoàn nguyên" là đạt đến điểm tiến hóa sau cùng, chứ không phải quay trở lại khởi điểm luân hồi.

54. Tiên Thiên - Hậu Thiên là gì?

Tiên Thiên - Hậu Thiên nghĩa đen là trước trời đất và sau trời đất.

Trước Trời đất là trước khi có vũ trụ vạn vật. Sau trời đất là sau khi vũ trụ vạn vật được biến sanh.

Theo vũ trụ quan "Vô Cực - Thái Cực - Âm Dương" thì Tiên Thiên là bản chất của vũ trụ nguyên sơ thuộc về bản thể Vô Cực - Thái Cực. Còn Hậu Thiên là bản chất của vạn vật do âm dương tương hiệp mà thành.

> Tiên thiên thì vô sanh bất diệt
>
> Hậu thiên thì có sinh có diệt

Tu hành là quá trình thanh lọc thân tâm để hấp thụ những gì thuộc về Tiên Thiên và tự chuyển hóa tâm linh trở về bản chất Tiên Thiên, nghĩa là từ phàm thành Thánh.

55. Cao Đài quan niệm về linh hồn như thế nào?

Cao Đài quan niệm thảo mộc có sanh hồn, thú cầm có thêm giác hồn và con người có đủ sanh hồn, giác hồn và thêm linh hồn.

Linh hồn thuộc về tâm linh vô hình hiệp với thể xác tạo nên sự sống. Thể xác sẽ hoại diệt khi con người chết, nhưng linh hồn tồn tại và tiếp tục luân hồi để sống vào kiếp khác.

Con người tiến hóa do nơi linh hồn tiến hóa.

Những biểu hiện của linh hồn gồm có Tâm, Tánh, Thần.

Tánh là linh hồn đạt đến phẩm chất sáng suốt nhất, còn thần là phẩm chất linh diệu nhất. Chỉ có bậc đắc đạo mới "kiến tánh", mới phát huy đầy đủ "chơn thần".

56. Nhân đạo là gì?

Nhân đạo là đạo làm người. Thực hành nhân đạo là làm tròn bổn phận đối với bản thân, đối với gia đình và xã hội. Giáo lý Cao Đài dạy tín đồ tu nhân đạo trên căn bản Nhân - Nghĩa - Lễ - Trí - Tín và Trung Hiếu.

Phải làm tròn Nhân đạo trong giai đoạn nhập thế mới có thể bước qua giai đoạn xuất thế tu đạo giải thoát, phế trần hành đạo, gọi là thực hành Thiên đạo.

57. Thiên đạo là gì?

Thiên đạo là đường lối tu giải thoát để không còn phải luân hồi sanh tử nữa. Muốn hành Thiên đạo phải:

- Ăn chay ít nhất 10 ngày một tháng, tốt nhất là trường trai.

- Dứt tình dục.

- Cầu học đạo pháp thiền định.

Đó là những điều kiện để thọ pháp công phu tịnh luyện. Nhưng giáo lý Cao Đài dạy tín đồ luôn luôn hành đủ Tam công để người tu dễ đạt đạo giải thoát. Cho nên khi bước vào Thiên đạo, phải rèn luyện tâm hạnh đại thừa. Tức phải có tâm thanh tịnh, dứt lòng ham muốn, phải có hạnh bồ tát, bao dung cứu độ mọi người. Cho nên các hàng hướng đạo trong Đại Đạo Tam Kỳ Phổ Độ mặc nhiên có sứ mạng gọi là Sứ Mạng Đại Thừa một khi đã cầu tu Thiên đạo.

58.Tại sao gọi là "Tam kỳ phổ độ"?

"Tam Kỳ Phổ Độ" là phổ độ kỳ thứ ba. Sau kỳ thứ nhứt (Nhứt kỳ phổ độ) và kỳ thứ hai (Nhị kỳ phổ độ).

Giáo lý Cao Đài dạy rằng, trong suốt lịch sử nhân loại, Đức Thượng Đế luôn luôn từ bi cứu độ chúng sanh nên từng sai những bậc sứ giả của Ngài đến trần gian mở Đạo, tập trung vào ba thời kỳ:

Nhứt kỳ phổ độ : vào cuối Thượng ngươn, có vua Phục Hy (2852 – 2737 TTL) và vua Đại Võ (2205 – 2197 TTL) ở Trung Quốc lần lượt phát minh ra Hà Đồ, Bát Quái, Lạc Thư làm nền tảng đạo lý mà sau này Văn Vương (sinh 1258 TTL) và Chu Công (?-1105 TTL) viết thành Kinh Dịch, dạy cả Nhân đạo và Thiên đạo. Đó là những bậc Thánh nhân khai hóa dân sanh, dân trí và dân đức.

Cũng trong thời Nhứt Kỳ này, tại xứ Palestine vùng Tây Á, vào khoảng năm 1300 TTL, Thánh Moise xuất hiện, dìu dắt dân Do Thái lánh nạn, Ngài đã lên núi Sinai thông công với Đức Chúa Trời, được Chúa truyền Mười điều răn để dìu dắt cho dân Ngài.

Nhị kỳ phổ độ: vào cuối Trung ngươn, nhiều tôn giáo xuất hiện lập thành Nhị kỳ phổ độ trong 6 thế kỷ trước Tây Lịch và 6 thế kỷ sau Tây Lịch như:

- Đức Thích Ca sinh năm 560 trước Tây Lịch tại Ấn Độ sáng lập Phật giáo.

- Đức Khổng Tử sinh năm 551 trước Tây Lịch tại Trung Quốc xây dựng Nho giáo.

- Đức Lão Tử sinh cùng thời với Đức Khổng Tử tại Trung Quốc, viết bộ Đạo Đức Kinh rất thâm diệu, được tôn là Giáo chủ Lão giáo.

- Đức Jésus Christ, sinh tại Bethléhem miền Tây Á vào đầu Tây lịch, xưng là con Đức Chúa Trời xuống trần gian cứu chuộc nhân loại, lập thành Thiên Chúa giáo.

- Đức Mohamet sinh năm 571 sau Tây lịch tại La Mecque nước Ả Rập, rao giảng kinh Coran, lập nên Hồi giáo.

Tam Kỳ phổ độ: được bắt đầu vào cuối Hạ ngươn khi Đức Thượng Đế khai minh Đại Đạo Tam Kỳ Phổ Độ vào năm 1926 tại miền Nam Việt Nam, do chính Ngài làm

Giáo chủ vô hình, dùng phép thông linh thâu nhận tín đồ qua cơ bút, lập ra Cao Đài giáo....

59. Đại ân xá Kỳ ba là gì?

Theo Thánh giáo Ơn Trên dạy, Đức Thượng Đế mở Đại Đạo Tam Kỳ Phổ Độ tức là mở đạo kỳ thứ ba ứng với Hạ nguơn sau Nhứt kỳ và Nhị kỳ Phổ độ ứng với Thượng Nguơn và Trung Nguơn. Vì là kỳ cứu độ cuối cùng của chu kỳ Tam nguơn nên Thượng Đế đại ân xá cho chúng sanh, hễ biết tu thì được cứu vớt khỏi bị sa đọa.

Đức Lão Tổ có giáng cơ dạy: *Thời đại ân xá, ai tu cũng có thể được đắc quả. Một việc làm từ thiện dù nhỏ nhen đến mấy đi nữa cũng là việc thiện và được ghi ở hệ số 3.*[62]

Do đó pháp môn tu luyện kỳ này được truyền dạy rộng rãi hơn các kỳ trước. Đạo pháp cũng được giản lược và dễ học dễ hành hơn. Nhứt là đối với người chí tâm cầu đạo, dù chưa đắc quả tại thế, sau khi liễu đạo sẽ được ân xá tiếp tục tu luyện ở cõi vô hình cho đến khi đắc vị, khỏi luân hồi. Đó là những đặc ân hi hữu chỉ có trong kỳ ba mạt kiếp, nên gọi là "Đại ân xá kỳ ba".

60. Hạ nguơn mạt kiếp là gì?

Theo giáo lý Cao Đài, lịch sử nhân loại được chia làm ba thời kỳ hay tam nguơn: Thượng nguơn - Trung nguơn - Hạ nguơn.

Thượng nguơn: tức thời Thượng cổ. Đặc điểm chung của loài người thời này là sống hồn nhiên chân thật.

Trung nguơn: tương đương với thời Trung cổ. Đặc điểm chung của thời này là chiến tranh ác liệt từ nội bộ đến nhiều quốc gia. Con người ngày càng đấu tranh dữ dội do tham lam và hận thù.

---

[62] Cơ Quan Phổ Thông Giáo Lý Đại Đạo, đàn cơ ngày 14.2.1972.

Hạ nguơn: tương đương với thời cận kim và hiện đại, cùng những thế kỷ tiếp theo sau này. Đây là thời kỳ khoa học kỹ thuật phát triển ngày càng cao độ, nhờ đó nhiều nước tiên tiến có đời sống ngày càng văn minh tiến bộ. Nhưng cũng từ các phát minh khoa học kỹ thuật mà con người chế tạo nhiều vũ khí cực kỳ lợi hại, gây ra nhiều cuộc chiến tranh tàn khốc. Đó là hậu quả của sự phát triển không cân đối giữa văn minh vật chất và đạo đức tinh thần, đe dọa hủy diệt toàn thế giới. Do vậy hạ nguơn còn gọi là "Hạ nguơn mạt kiếp".

61. Xin cho biết Nhân sinh quan Cao Đài.

Trước hết Cao Đài quan niệm thế gian vừa là một học đường vừa là nơi để lập công bồi đức ngõ hầu tiến hóa thêm hơn. Đức Chí Tôn có dạy "thế gian là một trường thi công quả"[63] trong ý nghĩa đó.

Vậy người tín đồ Cao Đài không được yếm thế hay phủ nhận cuộc sống giữa xã hội. Ngược lại phải sống hòa nhập với đời làm tròn các bổn phận đối với bản thân, gia đình và xã hội đất nước, trước khi và trong khi bước sang giai đoạn cầu tu giải thoát.

Trong mối quan hệ gia đình và xã hội - đất nước, tín đồ Cao Đài thực hành Nhơn đạo Khổng giáo để sống có đạo đức. Cũng từ đó, tín đồ Cao Đài rất kính trọng, tôn thờ ông bà tổ tiên cha mẹ cũng như những vị anh hùng dân tộc đã quá vãng.

---

[63] *Thánh Ngôn Hiệp Tuyển*, q.1, Tây Ninh, 1973, tr. 34, đàn cơ ngày 26 tháng 6 năm Bính Dần (4.8.1926).

62. Vậy Cao Đài quan niệm về lý tưởng cuộc sống con người ra sao?

Đạo Cao Đài nêu lên một xã hội loài người lý tưởng là xã hội nhân hòa thánh đức: bao gồm các yếu tố nhân bản, an lạc và tiến bộ.

Đức Chí Tôn có dạy:"Ngày nào các con còn thấy một điều bất bình ở đời thì Đạo chưa thành vậy".[64]

Do đó, Cao Đài phải là một tôn giáo vị nhân sanh, nhằm xây dựng cõi đời hoàn thiện, thế giới đại đồng, bình đẳng.

63. Có thể nói Cao Đài là một tôn giáo nhân bản?

Đúng vậy, Cao Đài quan niệm: Tôn giáo và chúng sanh là một.[65]

> *"Giáo lý Cao Đài không nhất thiết chỉ bảo người đời đi tìm hạnh phúc trong cõi hư vô vĩnh cửu, chốn Niết Bàn cực lạc trong khi nhân sanh còn nghèo đói, bệnh tật, dốt nát, kỳ thị, rẽ chia, người bóc lột người..."*[66]

Một đoạn thánh ngôn khác khẳng định đường lối nhân bản của tôn giáo Cao Đài:

> *"Dầu ở bất cứ lãnh vực hay hoàn cảnh quốc thổ nào, đời sống tâm linh cũng phải tựa vào nhân*

---

[64] *Thánh Ngôn Hiệp Tuyển*, q. 1, Tây Ninh, 1973, tr. 105, đàn cơ ngày 15.4.1927.

[65] *Thánh Ngôn Hiệp Tuyển*, q. 1, Tây Ninh, 1973, tr. 116, đàn cơ ngày mùng 01 tháng Giêng Đinh Mão (01-02-1927): *Các con biết Thầy là trọng thì biết trọng Đạo, mà hễ trọng Đạo thì cũng phải trọng cả chúng sanh.*

[66] Đức Quan Âm Bồ Tát, đàn cơ tại Vĩnh Nguyên Tự ngày 25.1.1974.

*bản. Có như vậy, đạo lý tôn giáo mới không rơi
vào chỗ mông lung huyễn ngã."*[67]

VI. CÁCH THỨC TU HÀNH VÀ GIỮ ĐẠO
CỦA NGƯỜI TÍN HỮU CAO ĐÀI?

64. Cách tu hành của người tín hữu Cao Đài ra sao?

Cũng như các tôn giáo khác, Đạo Cao Đài có những tín đồ thường và những bậc xuất gia hiến thân hành đạo nơi các Thánh Thất hay Tòa Thánh.

Người tín đồ nhập môn cầu đạo phải giữ Ngũ giới cấm, Tứ đại điều qui[68] với bước đầu ăn chay 6 ngày rồi 10 ngày để tiến dần đến trường chay. Trong khi đó dần dần thực hành công quả, công trình, công phu, từ mức độ dễ tiến lên những mức độ khó hơn, cao hơn để hoàn thiện bản thân.

65. Tam công là gì?

Tam công gồm:

- <u>Công quả</u> là những việc thiện giúp đời giúp đạo bằng cách cống hiến sở năng sở hữu của mình.

- <u>Công trình</u> là sự rèn luyện những đức tánh tốt, sự cố gắng dứt bỏ những thói hư tật xấu, sự kiên trì tu học để hoàn thiện hóa bản thân.

-<u>Công phu</u> bước đầu là sự cúng kính tứ thời, qua đó người tín đồ tập giữ tâm thanh tịnh, tập trung tinh thần giao cảm với các Đấng Thiêng Liêng. Khi được thọ pháp học

---

[67] Đức Lê Đại Tiên, *Thánh Giáo Sưu Tập*, Cơ Quan Phổ Thông Giáo Lý Đại Đạo 1970-71, tr. 24, đàn cơ đêm 14 rang 15 tháng 2 năm Canh Tuất (21.3.1970).

[68] Xin tham khảo phần Phụ Lục.

thiền rồi thì công phu là quá trình tu luyện thân tâm bằng pháp môn thiền định hầu đạt đến sự giải thoát.

66. Người tín đồ Cao Đài ăn chay như thế nào?

Sự ăn chay theo đạo Cao Đài cũng như Phật giáo là nhằm giữ giới "bất sát sanh"; hơn nữa còn có ý nghĩa thanh khiết hóa thân tâm con người.

Tín đồ bắt buộc ăn chay ít nhứt 6 ngày mỗi tháng, rồi tăng lên 10 ngày cho đến lúc trường chay.

Ăn chay tức là hoàn toàn dùng thức ăn thực vật, không dùng bất cứ sản phẩm động vật nào, dù nhỏ hay lớn. Người tu đến bậc đại thừa còn kiêng cử cả các gia vị như hành, hẹ, kiệu, tỏi, nén và bơ sữa động vật.

Ăn chay không nhứt thiết phải quá khắc khổ mà vẫn chú trọng sự dinh dưỡng đầy đủ để cơ thể được khỏe mạnh, tinh thần sáng suốt mới đủ sức đi trọn con đường tu học hành đạo.

67. Thế nào là "tự độ - độ tha"?

Tự độ độ tha là phương châm "lấy lửa mồi lửa" của Tam Kỳ Phổ Độ để tạo thành một mạng lưới giác ngộ dần dần tỏa rộng khắp nhân loại. Tự độ là tự mình tu tiến, tự hoàn thiện để cầu giải thoát. Nhưng một trong những điều kiện giải thoát là phải lập đủ công đức bằng cách độ cho người khác biết tu hành như mình, gọi là độ tha.

Đạo Cao Đài khuyến khích một người độ ít nhứt mười hai người, và cứ thế nhân lên thì số người giác ngộ sẽ tăng gấp bội. Tự độ - độ tha tương đương "Bồ tát hạnh" trong giáo lý nhà Phật. Đạo Cao Đài quan niệm "độ tha" chẳng những là công quả mà còn là sứ mạng, nhứt là đối với những bậc hướng đạo tu đến cấp đại thừa. Đó là Sứ mạng "Thế thiên hành hóa", thay Trời giáo hóa nhân sanh để lập đời thánh đức thiện lương, nên còn gọi là sứ mạng đại thừa.

68. Sinh hoạt hằng ngày của người tín hữu Cao Đài như thế nào?

<u>Về phần đạo</u>: dâng lễ và đọc kinh tứ thời trước Thiên bàn (bốn lần một ngày: 5 giờ, 11 giờ, 17 giờ, 23 giờ).

Hành lễ tại Thánh Thất một tháng 2 lần: ngày mồng một, ngày 15 âm lịch (ngày Sóc, ngày Vọng) Ngoài ra hằng ngày cần đọc thánh ngôn hiền truyện, tìm hiểu giáo lý để tinh tấn trên đường đạo đức.

Những người đã học đạo pháp, tập thiền thì hằng ngày tịnh tứ thời.

Hơn nữa, tùy hoàn cảnh, người tín hữu có thể tự nguyện lãnh các công quả phục vụ đạo và nhơn sanh hay tương trợ đồng đạo, giúp đỡ người thân những lúc quan hôn tang tế.

<u>Về phần đời</u>: sinh hoạt bình thường như mọi người, làm tròn bổn phận trong gia đình, xã hội, đất nước. Sinh kế phải chọn những nghề lương thiện.

69. Luật đạo Cao Đài qui định về hôn phối ra sao?

Theo Thế Luật của Đạo Cao Đài, từ điều thứ 6 đến điều thứ 10 có qui định về hôn phối như sau:

Điều thứ sáu: *Việc hôn là việc rất trọng trong đời người. Phải chọn hôn trong người đồng đạo, trừ ra khi nào người ngoài ưng thuận nhập môn thì mới kết làm giai ngẫu.* (xin xem thêm phần Thế luật).

Điều thứ bảy: *Tám ngày trước lễ sính, chủ hôn trai phải dán bố cáo nơi Thánh Thất sở tại cho bổn đạo hay, sau khỏi điều trắc trở.*

Điều thứ tám: *Làm lễ sính rồi, hai đàng trai và gái phải đến Thánh Thất mà cầu lễ chứng hôn.*

Điều thứ chín: Cấm người trong đạo, từ ngày ban hành luật này về sau không được cưới hầu thiếp. Rủi có chích lẻ giữa đường thì được chấp nối.

Thoảng như phụ nữ kia không con nối hậu thì Thầy cũng rộng cho đặng phép cưới thiếp song chính mình chánh thê đứng cưới mới đặng.

Điều thứ mười: Trừ ra có người ngoại tình hay là thất hiếu với công cô, vợ chồng người đạo không được để bỏ nhau.

70. Tang lễ theo Cao Đài được tổ chức như thế nào?

- Khi người tín đồ sắp liễu đạo, gia đình cùng đồng đạo đọc Bài kinh lúc hấp hối để trợ lực cho linh hồn thoát xác nhẹ nhàng. Một vị chức sắc sẽ làm phép bí tích lúc này (Phép đoạn nghiệt, chỉ áp dụng cho người ăn chay 10 ngày mỗi tháng trở lên).

- Lễ tẩn liệm có đọc bài Kinh tẩn liệm.

Một vị chức sắc sẽ làm phép bí tích (Phép xác hay Phép Vĩnh Sanh) lúc nhập quan.

- Tẩn liệm xong trí linh sàng (đặt bàn thờ) rồi đến lễ phát tang cho tang quyến.

- Khi chưa an táng, mỗi ngày tứ thời đều phải đọc kinh cầu siêu cho người quá vãng trước Thiên bàn và thân quyến cúng cơm trước linh sàng.

- Trước khi di quan đi an táng, tang quyến đến làm lễ trước linh sàng, đồng đạo đọc bài Kinh động quan.

- Lúc di quan, đọc Kinh đưa linh.

- Tại huyệt, vị chức sắc sẽ làm bí tích trấn thần trong khi đồng đạo đọc kinh hạ rộng.

- Kế đến là Kinh từ giã mộ phần.

- Kinh rước linh về nhà.

- Đến nhà đọc Kinh an linh sàng.

- Từ đây về sau, Ban lễ của Thánh Thất sẽ đến cúng cửu, cứ 9 ngày một lần kể từ ngày qui liễu, tổng cộng 9 cửu tức 81 ngày (áp dụng cho người ăn chay 10 ngày/ một tháng trở lên).

- 200 ngày sau cửu cuối (chung cửu) cúng lễ Tiểu Tường.

- 300 ngày sau Tiểu Tường cúng lễ Đại Tường.

- Sau Đại Tường, gia quyến cúng giỗ hằng năm vào ngày liễu đạo.

Đối với các chức sắc, tang lễ có nghi thức riêng.

71. Người tín đồ Cao Đài thờ cúng tổ tiên ông bà cha mẹ quá vãng như thế nào?

Người tín đồ Cao Đài thờ cúng ông bà cha mẹ theo truyền thống Nho giáo gọi là giữ đạo Hiếu, để tỏ lòng biết ơn và tôn kính tiền nhân tông tổ.

Trong mỗi gia đình tín đồ, ngoài Thiên bàn thờ Đức Thượng Đế ở nơi trang trọng nhất, còn có các bàn thờ ông bà, cha mẹ (đã quá vãng).

Trên mỗi bàn thờ có đặt bài vị, ghi rõ tên họ ngày tháng quá vãng của ông bà hay cha mẹ và di ảnh của các vị ấy. Ngoài ra tối thiểu phải có một bình hương (nhang), đầy đủ hơn thì có cặp chân đèn và lư đồng.

Hằng ngày, con cháu thắp nhang trên bàn thờ để luôn luôn tưởng nhớ người quá vãng.

Ngày giỗ thì gia đình dâng cúng hoa quả và thức ăn tươm tất (Giáo lý Cao Đài khuyên chỉ cúng chay). Rồi hết thảy con cháu lớn trước nhỏ sau đồng ra thi lễ bái lạy... Sau đó cùng nhau xum vầy dùng cơm chung trong tình ruột thịt đồng huyết thống.

72. Khi nào người tín hữu Cao Đài có thể phế đời hành đạo?

Thông thường khi người tín hữu không còn bị ràng buộc bởi các bổn phận đối với gia đình và xã hội, có thể tự nguyện phế đời đến ở tại Thánh Thất hay Tòa Thánh để tu hành lập công bồi đức. Hầu hết những vị này đã đến tuổi hưu trí.

Tuy nhiên, những người tuổi trẻ cũng có thể tự nguyện hiến thân hành đạo, xuất gia vào ở một Thánh Thất để lãnh phận sự và tu hành trọn đời.

PHỤ LỤC

PHÁP CHÁNH TRUYỀN[69]

GIÁO TÔNG nghĩa là anh cả các con, có quyền thay mặt Thầy mà dìu dắt các con trên đường đạo và đường đời. Nó có quyền về phần xác chớ không có quyền về phần hồn. Nó đặng phép thông công cùng Tam thập lục thiên và Thất thập nhị địa đặng cầu rỗi cho các con, nghe à! Chư môn đệ tuân mạng.

CHƯỞNG PHÁP của ba phái là Đạo, Nho, Thích. Pháp luật Tam Giáo tuy phân biệt nhau song trước mặt Thầy vốn coi như một. Chúng nó có quyền xem xét luật lệ trong buổi thi hành hoặc là nơi Giáo Tông chuyển xuống, hay là Đầu Sư dâng lên. Như hai đàng chẳng tuân thì chúng nó phải dâng lên cho Hộ Pháp đến Hiệp Thiên Đài mà cầu Thầy sửa lại hay là tùy ý mà lập luật lại. Vậy chúng nó có quyền xem xét kinh điển trước khi phổ thông. Như thảng có kinh luật chi làm hại phong hóa thì chúng nó phải trừ bỏ chẳng cho xuất bản. Buộc cả tín đồ phải vừa sức mà hành sự trước mặt luật đời. Thầy khuyên các con rán xúm nhau mà giúp chúng nó. Mỗi Chưởng Pháp có ấn riêng. Ba ấn phải có đủ trên mỗi luật mới đặng thi hành. Chư môn đệ tuân mạng.

ĐẦU SƯ có quyền cai trị phần đạo và phần đời của chư môn đệ. Nó đặng quyền lập luật, song phải dâng lên cho Giáo Tông phê chuẩn. Luật lệ ấy phải xem xét một cách nghiêm ngặt, coi phải có ích cho nhân sanh chăng. Giáo Tông buộc phải giao cho Chưởng Pháp xét nét trước khi

---

[69] *Thánh Ngôn Hiệp Tuyển*, q.1, Toà Thánh Tây Ninh, 1973, đàn cơ ngày 16 tháng 10 năm *Bính Dần* (20.11.1926).

phê chuẩn. Chúng nó phải tuân lịnh Giáo Tông, làm y như luật lệ Giáo Tông truyền dạy. Như thảng có luật lệ nào nghịch với sự sinh hoạt của nhơn sanh thì chúng nó được phép nài xin hủy bỏ. Thầy khuyên các con như có điều chi cần yếu thì khá nài xin nơi nó.

Ba chi hơi khác, chớ quyền lực như nhau. Như luật lệ nào Giáo Tông truyền dạy mà cả ba đều ký tên không tuân mạng thì luật lệ ấy phải trả cho Giáo Tông. Giáo Tông truyền lịnh cho Chưởng Pháp xét nét lại. Chúng nó có ba cái ấn riêng nhau, mỗi tờ giấy chi chi phải có ấn mới thi hành, nghe à. Chư môn đệ tuân mạng.

PHỐI SƯ mỗi phái có mười hai người, cộng là ba mươi sáu người. Trong ba mươi sáu vị ấy có ba vị Chánh Phối Sư. Ba vị ấy đặng thế quyền Đầu Sư mà hành sự, song chẳng quyền cầu phá luật lệ, nghe à…! Chư môn đệ tuân mạng.

GIÁO SƯ có bảy mươi hai người trong mỗi phái là hai mươi bốn người. Giáo sư là người dạy dỗ chư môn đệ trong đường đạo với đường đời. Buộc chúng nó lo lắng cho các con như anh ruột lo cho em. Chúng nó cầm sổ bộ của cả tín đồ. Chúng nó phải chăm nom về sự tang hôn của mỗi đứa. Như tại châu thành lớn thì mỗi đứa đặng quyền cai quản cúng tế Thầy như thể Đầu Sư và Phối Sư. Chúng nó đặng quyền dâng sớ cầu nài về luật lệ làm hại nhơn sanh, hay là cầu xin chế giảm luật lệ ấy. Chúng nó phải thân cận với mỗi môn đệ như anh em một nhà cần lo giúp đỡ, nghe à …! Chư môn đệ tuân mạng.

GIÁO HỮU là người phổ thông chơn đạo của Thầy. Chúng nó đặng quyền xin chế giảm luật lệ đạo. Ba ngàn giáo hữu chia ra đều mỗi phái là một ngàn, chẳng nên tăng thêm hay giảm bớt. Chúng nó đặng phép hành lễ khi làm chủ các chùa trong mấy tỉnh nhỏ.

LỄ SANH là người có hạnh, lựa chọn trong chư môn đệ mà hành lễ. Chúng nó đặng quyền đi khai đàn cho mỗi tín đồ. Thầy dặn các con hiểu rõ rằng Lễ Sanh là người Thầy yêu mến, chẳng nên hiếp đáp chúng nó. Như vào đặng hàng Lễ Sanh mới mong bước qua hàng chức sắc; kỳ dư Thầy phong thưởng riêng mới đi khỏi ngã ấy mà thôi, nghe à....! Chư môn đệ tuân mạng.

ĐẦU SƯ muốn lên CHƯỞNG PHÁP thì nhờ ba vị công cử nhau.

PHỐI SƯ muốn lên ĐẦU SƯ thì nhờ 36 vị kia công cử.

GIÁO SƯ muốn lên PHỐI SƯ thì nhờ 72 vị kia xúm nhau công cử.

GIÁO HỮU muốn lên GIÁO SƯ thì nhờ 3000 vị kia xúm nhau công cử.

LỄ SANH muốn lên GIÁO HỮU thì nhờ cả LỄ SANH xúm nhau công cử.

MÔN ĐỆ muốn lên LỄ SANH thì nhờ cả môn đệ xúm nhau công cử.

Kỳ dư Thầy giáng cơ phong cho người nào thì mới ra khỏi luật lệ ấy mà thôi.

Còn GIÁO TÔNG thì hai phẩm CHƯỞNG PHÁP và ĐẦU SƯ tranh đặng. Song phải chịu cho toàn môn đệ công cử mới đặng, kỳ dư Thầy giáng cơ ban thưởng mới ra khỏi luật lệ ấy mà thôi.

Chư môn đệ tuân mạng!

Thầy ban ơn cho các con.

PHÁP CHÁNH TRUYỀN

HIỆP THIÊN ĐÀI[70]

NGỌC HOÀNG THƯỢNG ĐẾ VIẾT CAO ĐÀI GIÁO ĐẠO NAM PHƯƠNG

Các con! Cả chư môn đệ khá tuân mạng!

Hiệp Thiên Đài là nơi Thầy ngự cầm quyền Thiêng Liêng mối Đạo. Hễ Đạo còn thì Hiệp Thiên Đài vẫn còn.

Thầy đã nói Ngũ Chi Đại Đạo bị qui phạm là vì khi trước Thầy giao Chánh giáo cho tay phàm, càng ngày càng xa Chánh giáo mà lập ra phàm giáo, nên Thầy nhứt định đến chính mình Thầy đặng dạy dỗ cho các con mà thôi, chớ không chịu giao Chánh giáo cho tay phàm nữa.

Lại nữa Hiệp thiên Đài là nơi của Giáo Tông đến thông công cùng Tam Thập Lục Thiên, Tam Thiên Thế Giới; Lục Thập Bát Địa cầu, Thập Điện Diêm Cung mà cầu siêu cho cả nhơn loại. Thầy đã nói sở dụng thiêng liêng; Thầy cũng nên nói sở dụng phàm trần của nó nữa.

Hiệp Thiên Đài dưới quyền Hộ Pháp chưởng quản, tả có Thượng Sanh, hữu có Thượng Phẩm. Thầy lại chọn Thập Nhị Thời Quân chia ra làm ba:

Phần của Hộ Pháp, chưởng quyền về pháp thì:

Hậu là Bảo Pháp

Đức là Hiến Pháp

Nghĩa là Khai Pháp

Tràng là Tiếp Pháp

---

[70] *Thánh Ngôn Hiệp Tuyển*, q.1, Toà Thánh Tây Ninh, 1973, đàn cơ ngày 21 tháng 1 năm Đinh Mão (13.2.1927).

Lo bảo hộ luật đời và luật đạo; chẳng ai qua luật mà Hiệp Thiên Đài chẳng biết.

Thượng Phẩm thì quyền về phần Đạo, dưới quyền:

> *Chương là Bảo Đạo*
>
> *Tươi là Hiến Đạo*
>
> *Đãi là Khai Đạo*
>
> *Trọng là Tiếp Đạo*

Lo về phần Đạo nơi tịnh thất, mấy thánh thất, đều xem sóc chư môn đệ Thầy, binh vực chẳng cho ai phạm luật đến khắc khổ cho đặng.

Thượng Sanh thì lo về phần đời:

> *Bảo Thế thì Phước*
>
> *Hiến Thế: Mạnh*
>
> *Khai Thế: Thâu*
>
> *Tiếp Thế: Vĩnh*

NGŨ GIỚI CẤM

Hễ nhập môn rồi phải trau giồi tánh hạnh cần giữ Ngũ Giới Cấm là:

NHỨT BẤT SÁT SANH: Chẳng nên sát hại sanh vật, là không nên giết chết và cũng không nên đánh đập làm cho đau đớn, rên siết, chẳng những người với cầm thú mà thôi, lần lần cũng phải giữ đừng sát hại vô ích cho tới côn trùng và thảo mộc nữa.

NHÌ BẤT DU ĐẠO: Cấm trộm cướp, lấy ngang lường gạt của người, hoặc mượn vay không trả, hoặc chứa đồ gian, hoặc lượm lấy của rơi, hoặc sanh lòng tham của quấy, để ý hại cho người mà lợi cho mình, cờ bạc gian lận.

TAM BẤT TÀ DÂM: Cấm lấy vợ người, thả theo đàng điếm, xúi giục người làm loạn luân thường, hoặc thấy sắc dậy lòng tà, hoặc lấy lời gieo tình huê nguyệt.

TỨ BẤT TỬU NHỤC: Cấm say mê rượu thịt, ăn uống quá độ, rối loạn tâm thần, làm cho náo động xím làng, hoặc miệng ước rượu ngon, bụng mơ đồ mỹ vị.

NGŨ BẤT VỌNG NGỮ: là cấm xảo trá, láo xược, gạt gẫm người, khoe mình, bày lỗi người, chuyện quấy nói phải, chuyện phải thêu dệt ra quấy, nhạo báng, chê bai, nói hành kẻ khác, xúi giục người hờn giận, kiện thưa xa cách, ăn nói lỗ mãng, thô tục, chửi rủa người, hủy báng tôn giáo, nói ra không giữ lời hứa.

TỨ ĐẠI ĐIỀU QUI

Buộc phải trau giồi đức hạnh giữ theo Tứ Đại Điều Qui là:

1. ĐIỀU THỨ NHỨT: Phải tuân lời dạy của bề trên, chẳng hổ chịu cho bực thấp hơn điều độ, lấy lễ hía người. Lỡ lầm lỗi phải ăn năn chịu thiệt.

2. ĐIỀU THỨ HAI: Chớ khoe tài đừng kiêu ngạo, quên mình làm nên cho người. Giúp người nên đạo, đừng nhớ cừu riêng, chớ che lấp người hiền.

3. ĐIỀU THỨ BA: Bạc tiền xuất nhập phân minh, đừng mượn vay khơng trả. Đối với trên dưới đừng lờn dễ, trên dạy dưới lấy lễ, dưới gián trên đừng thất khiêm cung.

4. ĐIỀU THỨ TƯ: Trước mặt sau lưng cũng đồng một bực, đừng kính trước rồi lại khi sau. Đừng thấy đồng đạo tranh đua ngồi mà xem khơng để lời hía giải. Đừng lấy chung làm riêng, đừng vụ riêng mà bỏ việc chung. Pháp luật phải tuân, đừng lấy ý riêng mà trái trên dễ dưới. Đừng cậy quyền mà yểm tài người.

Thầy khuyên các con lấy tánh vô tư mà hành đạo.

Thầy cho các con biết trước rằng: hễ trọng quyền thì ắt có trọng phạt.

Thầy ban ơn các con.

CRUISE

www.ingramcontent.com/pod-product-compliance
Lightning Source LLC
Chambersburg PA
CBHW071535040426
42452CB00008B/1023